ನೆಹರೂ ಬಾಲ ಪುಸ್ತಕಾಲಯ

ನರಿಗಳಿಗೇಕೆ ಕೋಡಿಲ್ಲ?

(ಮಕ್ಕಳ ಕತೆಗಳು)

ಸಂಪಾದಕ :

ಬೊಳುವಾರು ಮಹಮದ್ ಕುಂಞಿ

ಚಿತ್ರಗಳು :

ಎನ್.ಕೆ. ನರಸಿಂಹನ್

nbt.india

ನ್ಯಾಷನಲ್ ಬುಕ್ ಟ್ರಸ್ಟ್, ಇಂಡಿಯಾ

8–10 ವಯೋಮಾನದ ಮಕ್ಕಳಿಗೆ

ISBN 978-81-237-7885-3

ಮೊದಲ ಮುದ್ರಣ : 2016 (ಶಕ 1938)
ಮೊದಲನೆಯ ಮರುಮುದ್ರಣ : 2020 (ಶಕ 1942)
© ಆಯಾ ಲೇಖಕರು

Narigaligeke Kodilla (Anthology of Kannada Short Stories for Children compiled by Bolwar Mahamad Kunhi. *Kannada Original*)

₹ 120.00

ನಿರ್ದೇಶಕರು, ನ್ಯಾಷನಲ್ ಬುಕ್ ಟ್ರಸ್ಟ್, ಇಂಡಿಯಾ
ನೆಹರೂ ಭವನ, 5, ಇನ್‌ಸ್ಟಿಟ್ಯೂಶನಲ್ ಏರಿಯಾ, ಫೇಜ್–II
ವಸಂತ್ ಕುಂಜ್, ಹೊಸ ದೆಹಲಿ–110070 ಇವರಿಂದ ಪ್ರಕಟಿತ.
website : www.nbtindia.gov.in

ಜೀವನ ಹಿಮ್ಮುಖವಾಗಿ ಹರಿಯದಿರಲಿ

ಮಕ್ಕಳ ಕಲ್ಪನಾಶಕ್ತಿಯನ್ನು ಅರಳಿಸುವ, ಸಾಹಸ ಪ್ರವೃತ್ತಿಯನ್ನು ಬೆಳೆಸುವ, ಬಳಸುವ ಭಾಷೆಯ ಅಪರಿಮಿತ ಚೆಲುವನ್ನು ಪರಿಚಯಿಸುವ, ಬೋಧನೆಯೊಂದೇ ಉದ್ದೇಶವಾಗಿರದ ಸಾಹಿತ್ಯವನ್ನು 'ಮಕ್ಕಳ ಸಾಹಿತ್ಯ' ಎನ್ನಬಹುದು. ಮಕ್ಕಳಿಗೆ ನಾವು ನೀಡಬೇಕಾಗಿರುವುದು ಪ್ರೀತಿಯನ್ನು; ಉಪದೇಶವನ್ನಲ್ಲ. 'ನಿಮ್ಮ ಮಕ್ಕಳನ್ನು ನಿಮ್ಮಂತೆ ಮಾಡಲು ಯತ್ನಿಸದಿರಿ, ಹಾಗೆ ಮಾಡುವ ಮೂಲಕ ಜೀವನವನ್ನು ಹಿಮ್ಮುಖವಾಗಿ ಹರಿಸಬೇಡಿರಿ' ಎಂದಿದ್ದ ಮುತ್ತಾತ ಖಲೀಲ್ ಗಿಬ್ರಾನನ ಮಾತುಗಳನ್ನು ಎಚ್ಚರಿಕೆಯಿಂದ ಗಮನಿಸುತ್ತಾ, ಸರಿಸುಮಾರು ಎಂಟರಿಂದ ಹತ್ತು ವರ್ಷದೊಳಗಿನ ಮಕ್ಕಳ 'ಓದುವ' ಮತ್ತು 'ಅರಿವಿ'ನ ಶಕ್ತಿಯನ್ನು ಗಮನದಲ್ಲಿಟ್ಟುಕೊಂಡು ಈ ಸಂಕಲನವನ್ನು ಸಿದ್ಧಪಡಿಸಲಾಗಿದೆ.

ನ್ಯಾಷನಲ್ ಬುಕ್ ಟ್ರಸ್ಟ್ ತನ್ನ ಇತರ ಸಾಹಿತ್ಯಿಕ ಚಟುವಟಿಕೆಗಳ ಜೊತೆಗೆ ಮಕ್ಕಳ ಸಾಹಿತ್ಯ ಪ್ರಕಟಣೆಗಳಿಗೂ ಪ್ರಸಿದ್ಧವಾದ ಸಂಸ್ಥೆ. ಕನ್ನಡದಲ್ಲಿ ಮಕ್ಕಳ ಸಾಹಿತ್ಯದ ಜನಕ ಎಂದೇ ಗುರುತಿಸಲ್ಪಟ್ಟ ಪಂಜೆ ಮಂಗೇಶರಾಯರು, ಉಗ್ರಾಣ ಮಂಗೇಶರಾಯರು, ಜಿ.ಪಿ. ರಾಜರತ್ನಂ, ಹೊಯಿಸಳ ಮೊದಲಾದ ಕನ್ನಡದ 'ಬಾಲಸಾಹಿತ್ಯ'ದ ಹಿರಿಯ ಸಾಹಿತಿಗಳು ಬರೆದ 'ಮಕ್ಕಳ ಕತೆ'ಗಳನ್ನೊಳಗೊಂಡಿರುವ ಕತೆಗಳ ಕೆಲವು ಸಂಕಲನಗಳನ್ನು ನ್ಯಾಷನಲ್ ಬುಕ್ ಟ್ರಸ್ಟ್ ಈಗಾಗಲೇ ಪ್ರಕಟಿಸಿದೆ. ಇದರ ಮುಂದುವರಿಕೆಯಾಗಿ ಜ್ಞಾನಪೀಠ ಪ್ರಶಸ್ತಿಗೆ ಗೌರವ ತಂದು ಕೊಟ್ಟಿರುವ ಕುವೆಂಪು, ಕಾರಂತರಂತಹ ಸಾಹಿತ್ಯಲೋಕದ ದಿಗ್ಗಜರು ಬರೆದ 'ಮಕ್ಕಳ ಕತೆ'ಗಳನ್ನೂ ಒಳಗೊಂಡಂತೆ, ಇತರ ಸುಪ್ರಸಿದ್ಧ ಮಕ್ಕಳ ಸಾಹಿತಿಗಳು ಬರೆದ ಒಟ್ಟು ಹದಿಮೂರು ಕತೆಗಳ ಸಂಕಲನವಿದು.

ಇಂತಹ ಉಪಯುಕ್ತವಾದ ಕೆಲಸದಲ್ಲಿ ನನಗೂ ಒಂದು ಅವಕಾಶವನ್ನು ಕೊಟ್ಟಿರುವ, ಎನ್‌ಬಿಟಿಯಲ್ಲಿ ಸಂಪಾದಕರಾಗಿರುವ ಎಚ್. ನಾಗರಾಜಪ್ಪ ಅವರಿಗೂ, ಟ್ರಸ್ಟ್‌ನ ಎಲ್ಲ ಕಾರ್ಯಕರ್ತರಿಗೂ ನಾನು ಕೃತಜ್ಞ.

ಬೊಳುವಾರು ಮಹಮದ್ ಕುಂಞಿ

ಪರಿವಿಡಿ

1.	ನರಿಗಳಿಗೇಕೆ ಕೋಡಿಲ್ಲ?	– ಕುವೆಂಪು	7
2.	ರಂಗಪ್ಪನ ಗೊಂಬ	– ಕೋಟ ಶಿವರಾಮ ಕಾರಂತ	15
3.	ಓಹೋ! ಹಣ್ಣುಗಳೂ!	– ಕೆ. ತಿರುಮಲಮ್ಮ	24
4.	ಬೆಕ್ಕಿನ ಕೊರಳಿಗೆ ಗಂಟೆ	– ಕಂಚ್ಯಾಣಿ ಶರಣಪ್ಪ	28
5.	ಪುಟ್ಟ ಬಿಲ್ಲಿ–ಪುಟ್ಟ ತಾಯಿಯಾದಳು	– ಪಳಕಳ ಸೀತಾರಾಮ ಭಟ್ಟ	34
6.	ರಂಗನ ರುಚಿ	– 'ಸಿಸು' ಸಂಗಮೇಶ	41
7.	ಚಿಟ್ಟಿಬಾಲೆ	– ವೈದೇಹಿ	45
8.	ಚಾಟಿ ಬಿಲ್ಲು ಗೋವಿಂದಣ್ಣ	– ನಾ. ಡಿಸೋಜ	57
9.	ದೆವ್ವದ ಮನೆ	– ಶಂ. ಗು. ಬಿರಾದಾರ	62
10.	ಪಕ್ಷಿ ಕುಟೀರ	– ಹ. ಮ. ಪೂಜಾರ	68
11.	ಪ್ರಾಣಿಗಳ ಜಾತ್ರೆ	– ಟಿ. ಎಸ್. ನಾಗರಾಜ ಶೆಟ್ಟಿ	73
12.	ಕೋಳಿ ಬುಟ್ಟಿಯಲ್ಲಿ ನವಿಲು ಮರಿ...!	– ಹ. ಸ. ಬ್ಯಾಕೋಡ	80
13.	ಗಾಂಧೀಜಿ ಮತ್ತು ಕಾಗೆಗಳು	– ಬೊಳುವಾರು ಮಹಮದ್ ಕುಂಞಿ	87

ನರಿಗಳಿಗೇಕೆ ಕೋಡಿಲ್ಲ?

– ಕುವೆಂಪು

ತೀರ್ಥಹಳ್ಳಿಗೆ ನಾಲ್ಕೈದು ಮೈಲಿಗಳ ದೂರದಲ್ಲಿ ಒಂದು ಬೆಟ್ಟವಿದೆ. ಅದರ ಹೆಸರು ನವಿಲುಕಲ್ಲು. ಬೆಟ್ಟಕ್ಕೆ ಹಸುರಂಗಿ ತೊಡಿಸಿದಂತೆ ಕಾಡು ದಟ್ಟವಾಗಿ ಬೆಳೆದುಕೊಂಡಿದೆ. ಅದರ ನೆತ್ತಿಯಲ್ಲಿ ನಿಂತು ಸುತ್ತಲೂ ನೋಡಿದರೆ ಮೂವತ್ತು ಮೈಲಿಗಳ ಚೆಲುವಾದ ಮಲೆನಾಡಿನ ಕಾಡುಗಳ ನೋಟವು ಕಂಗೊಳಿಸುತ್ತದೆ. ಕಾಡು ಹಬ್ಬಿಕೊಂಡ ಆ ಬೆಟ್ಟದ ಸಾಲುಗಳು ಅಲೆ ಅಲೆಯಾಗಿ, ಬಾನಿನ ಕರೆಯಲ್ಲಿ ಮಸುಕಾಗಿ ಮೋಡಗಳನ್ನು ಒಂದರ ಮೇಲೊಂದು ಹೇರಿ ಗುಡ್ಡೆ ಹಾಕಿದಂತೆ ಕಾಣಿಸುತ್ತವೆ. ನಡುವೆ ಕಣಿವೆಗಳಲ್ಲಿ ಗದ್ದೆಗಳೂ, ಅಡಕೆ ತೋಟಗಳೂ ಕಣ್ಣಿಗೆ ಮುತ್ತು ಕೊಡು ವಂತೆ ಹಬ್ಬಿರುವುವು. ಮರಳಿ ಹೇಳುತ್ತೇನೆ: ಆ ಬೆಟ್ಟದ ಹೆಸರು ನವಿಲುಕಲ್ಲು!

ಇಂದಿಗೆ ಸುಮಾರು ವರ್ಷಗಳ ಹಿಂದೆ ಆ ನವಿಲುಕಲ್ಲಿನಲ್ಲಿ ಒಂದು ಗುಬ್ಬಚ್ಚಿಯ ಸಂಸಾರವಿತ್ತು. ಹೆಣ್ಣು ಗುಬ್ಬಚ್ಚಿಯ ಹೆಸರು ಗುಬ್ಬಕ್ಕ. ಗಂಡು ಗುಬ್ಬಚ್ಚಿಯ ಹೆಸರು ಗುಬ್ಬಣ್ಣ. ಅವರಿಗಿದ್ದ ಮನೆ ಸವಿಯಾದ ಮನೆ. ಅದು ಒಂದು ಹೆಮ್ಮರದ ನೆತ್ತಿಯ ಕೊಂಬೆಯ ತುದಿಯಲ್ಲಿತ್ತು. ಗಾಳಿ ಬಂದಾಗ ಆ ಕೊಂಬೆ ತೊಟ್ಟಿಲಂತೆ ತೂಗುತ್ತಿತ್ತು. ಆಗ ಆ ಗಂಡು ಹೆಣ್ಣು ಹಕ್ಕಿಗಳೆರಡೂ ಹಾಡಿ ನಲಿಯುತ್ತಿದ್ದವು. ಅವರ ಮನೆಗೆ ಬೆಲ್ಲದ ಗೋಡೆ; ಸಕ್ಕರೆ ಬಾಗಿಲು; ಕಬ್ಬಿನ ಮುಚ್ಚಿಗೆ. ಮನೆಯ ಅಂಗಳದಲ್ಲಿ ಒಂದು ಪುಟ್ಟ ಸರೋವರ. ಅದರಲ್ಲಿ ನೀರಿರಲಿಲ್ಲ. ಜೇನುತುಪ್ಪವಿತ್ತು.

ಇಷ್ಟು ಸುಖಗಳಿದ್ದರೂ ಆ ಪಕ್ಷಿ ದಂಪತಿಗಳಿಗೆ ಮಕ್ಕಳಿರಲಿಲ್ಲ.

8   ನರಿಗಳಿಗೇಕೆ ಕೋಡಿಲ್ಲ?

ಗುಬ್ಬಣ್ಣನು ದೇವರಿಗೆ ಮೊರೆಯಿಟ್ಟು, ಹರಕೆ ಹೊತ್ತ ಮೇಲೆ ಮೂರು ಮಕ್ಕಳಾದರು. ಹರಕೆ ಸಲ್ಲಿಸುವುದಕ್ಕಾಗಿ ಅವನು ಕಾಶಿಗೆ ಯಾತ್ರೆ ಹೋದನು. ಗುಬ್ಬಕ್ಕಳೊಬ್ಬಳೆ ಮಕ್ಕಳನ್ನು ನೋಡಿಕೊಂಡು ಸಂಸಾರವನ್ನು ಸಾಂಗವಾಗಿ ನಡೆಸಿಕೊಂಡು ಬರುತ್ತಿದ್ದಳು.

ಹೀಗಿರುತ್ತಿರಲು, ಒಂದು ದಿನ ರಾತ್ರಿ ದೊಡ್ಡ ಮಳೆ ಬಂತು. ಮಳೆ ಎಂದರೆ ಮಲೆನಾಡಿನ ಮಳೆ! ಸೋನೆ ಮಳೆಯಲ್ಲ, ಆನೆ ಮಳೆ! ಅದರ ಜೊತೆಗೆ ಗುಡುಗು, ಮಿಂಚು, ಸಿಡಿಲು ಬಿರುಗಾಳಿ, ಆಲಿಕಲ್ಲು. ಮೇಲೆ ಕಗ್ಗತ್ತಲು! ಪಾಪ. ಗುಬ್ಬಕ್ಕ ಮನೆಯ ಸಕ್ಕರೆ ಬಾಗಿಲು ಬಲವಾಗಿ ಮುಚ್ಚಿ, ಸಿಹಿಮುತ್ತಿನ ಅಗಣಿ ಹಾಕಿ, ಎಲ್ಲಿ ಬೆಲ್ಲದ ಗೋಡೆ ಕರಗಿ ಹೋಗುವುದೋ ಎಂದು ಚಿಂತಿಸುತ್ತಾ, ಮಕ್ಕಳನ್ನು ತೊಟ್ಟಿಲಲ್ಲಿ ತೂಗುತ್ತಿ ದ್ದಳು. ಅಯ್ಯೋ ಪಾಪ, ಅವರ ಮನೆಯ ಜೇನುತುಪ್ಪದ ಕೊಳವಂತೂ!

ಅದೇ ಸಮಯದಲ್ಲಿ ಆ ಬೆಟ್ಟದ ಕಿಬ್ಬಿಯಲ್ಲಿ ಆ ಮಾರಿ ಮಳೆಗೆ ಸಿಕ್ಕಿಬಿದ್ದ ಮೂವರು ಪ್ರಯಾಣಿಕರು ಬಹಳ ನರಳುತ್ತ ಬರುತ್ತಿದ್ದರು. ಒಬ್ಬನ ಹೆಸರು ಹುಲಿಯಣ್ಣ; ಇನ್ನೊಬ್ಬನ ಹೆಸರು ಕರಡ್ಯಣ್ಣ; ಮತ್ತೊಬ್ಬನ ಹೆಸರು ನರಿಯಣ್ಣ. ಆ ಜಡಿಯಲ್ಲಿ ಮೂವರೂ ನಡುಗುತ್ತಿದ್ದರು. ಎಲ್ಲಿಯಾದರೂ ಒಂದು ಆಶ್ರಯ ಸಿಕ್ಕಿದರೆ ಸಾಕಲ್ಲಾ ಎಂದು ಭಗವಂತನನ್ನು ಬೇಡಿದರು. ಹೇಗೆಂದರೆ, ಹುಲಿಯಣ್ಣ, ಕಾಡು ಕಂಪಿಸು ವಂತೆ ಕೂಗಿದನು. ಕರಡ್ಯಣ್ಣ ಗರ್ಜಿಸಿದನು; ನರಿಯಣ್ಣ ಬಳ್ಳಿಕ್ಕಿದನು. ಅಂತೂ ಬಹಳ ಕಷ್ಟಪಟ್ಟು ಬೆಟ್ಟ ಹತ್ತಿದರು. ಅವರ ಕಣ್ಣಿಗೆ ಗುಬ್ಬಕ್ಕಳ ಮನೆಯ ದೀಪ ಕಾಣಿಸಿತು. ಗುಬ್ಬಕ್ಕಳು ತೊಟ್ಟಿಲು ತೂಗುತ್ತ ಹೇಳುತ್ತಿದ್ದ ಜೋಗುಳದ ಹಾಡೂ ಕೇಳಿಸಿತಂತೆ, ನರಿಯಣ್ಣನಿಗೆ. ಮನೆಯನ್ನು ಕಂಡ ಕೂಡಲೇ ಅವರಿಗೆಲ್ಲ ಬಹಳ ಸಂತೋಷವಾಯಿತು. ಪರಿಚಯ ವಿಲ್ಲದಿದ್ದರೂ ಕೂಡ ಕಷ್ಟಕಾಲವಾದ್ದರಿಂದ ಗುಬ್ಬಕ್ಕಳ ಮನೆಗೆ ಹೋಗಲು ನಿಶ್ಚಯಿಸಿ ಮೂವರೂ ಓಡಿದರು. ಓಡಿ ಮನೆಯ ಚಾವಡಿಗೆ ಬಂದರು. ಮಳೆ ಹೋ ಎಂದು ಸುರಿಯುತ್ತಿತ್ತು. ಮಿಂಚು ಮಿಂಚುತ್ತಿತ್ತು.

ನರಿಯಣ್ಣ ಬಾಗಿಲು ತಟ್ಟಿದನು. ಒಳಗೆ ಬೆದರಿ ಕುಳಿತಿದ್ದ ಗುಬ್ಬಕ್ಕ ಹೆದರಿ ನಡುಗಿದಳು; ಯಾರೋ ಏನೋ ಎಂದು.

ನರಿಯಣ್ಣ ಬಲವಾಗಿ ಬಾಗಿಲು ತಟ್ಟಿದನು.

ಗುಬ್ಬಕ್ಕ 'ಯಾರಪ್ಪಾ ಅದು?' ಎಂದಳು.

ನರಿಯಣ್ಣ 'ನಾನವ್ವಾ!' ಎಂದನು.

'ನಾನು ಎಂದರೆ?'

'ನಾನು! ನರಿಯಣ್ಣ!'

ಗುಬ್ಬಕ್ಕ ಬೆಚ್ಚಿದಳು. ನರಿಯಣ್ಣನ ದುಷ್ಕೀರ್ತಿ ಗುಬ್ಬಕ್ಕಳ ಕಿವಿಗೂ ಕೂಡ ಮುಟ್ಟಿದ್ದಿತು. ಸ್ವಲ್ಪ ಧೈರ್ಯ ತಂದುಕೊಂಡು 'ಅಪ್ಪಾ, ಬಡವರ ಮನೆ! ಬಾಗಿಲನ್ನೇಕೆ ಹಾಗೆ ಬಡಿಯುತ್ತೀಯಾ?' ಎಂದಳು.

'ಅಕ್ಕಾ, ಮಳೆಯಲ್ಲಿ ಸಿಕ್ಕಿ ಸಾಕಾಗಿದೆ. ಬೆಳಗಾಗುವ ತನಕ ಸ್ವಲ್ಪ ಜಾಗ ಕೊಟ್ಟರೆ ಸಾಕು' ಎಂದನು ನರಿಯಣ್ಣ.

'ಅಪ್ಪಾ, ಇಲ್ಲಿ ಜಾಗವಿಲ್ಲ. ಮೂವರು ಮಕ್ಕಳು ಬೇರೆ ಇದ್ದಾರೆ. ನಮಗೇ ಕಾಲು ಚಾಚಿ ಮಲಗಲು ತಾವಿಲ್ಲ. ನೀನು ಹೀಗೆ ದೊಂಬಿ ಮಾಡಬೇಡ ಮಾರಾಯ! ಮಕ್ಕಳೆದ್ದಾರು!'

ನರಿಯಣ್ಣನಿಗೆ ಯಾರೂ ಬಾಗಿಲು ತೆಗೆಯುವುದಿಲ್ಲ ಎಂದು ಕೊಂಡು ಹುಲಿಯಣ್ಣ, 'ಅಕ್ಕಾ ಗುಬ್ಬಕ್ಕ! ನಾನು ಹುಲಿಯಣ್ಣ ಇದ್ದೇನೆ. ದಯವಿಟ್ಟು ಬಾಗಿಲು ತೆರೆ. ನಿನಗೇನೂ ಅಪಾಯ ಬರದಂತೆ ನೋಡಿಕೊಳ್ಳುತ್ತೇನೆ. ಹೆದರಬೇಡ. ನಮ್ಮ ಸಂಗಡ ಸಾಧು ಸಜ್ಜನನಾದ ಕರಡ್ಯಣ್ಣನೂ ಇದ್ದಾನೆ' ಎಂದು ಹೇಳಿ ಬಾಗಿಲನ್ನು ದಡಬಡ ಬಡಿಯುತ್ತಿದ್ದ ನರಿಯಣ್ಣನಿಗೆ, 'ಲೋ ನರಿಯಾ, ಯಾಕೋ ದೊಂಬಿ? ಸುಮ್ಮನಿರೋ' ಎಂದು ಒಂದು ಗುದ್ದು ಕೊಟ್ಟನು.

ಗುಬ್ಬಕ್ಕಳಿಗೆ ಸ್ವಲ್ಪ ಧೈರ್ಯ ಬಂದು ಬಾಗಿಲು ತೆರೆದಳು. ಮೂವರು ಅತಿಥಿಗಳೂ ಒಳಗೆ ಬಂದರು. ಕಾಲೆಲ್ಲಾ ಕೆಸರಾಗಿತ್ತು. ತೊಳೆದುಕೊಳ್ಳಲು ಬಿಸಿನೀರು ಕೊಟ್ಟಳು. ಮೈಯೆಲ್ಲ ಒದ್ದೆಯಾಗಿತ್ತು. ಒರಸಿಕೊಳ್ಳಲು ಮೈವಸ್ತ್ರ ಕೊಟ್ಟಳು. ಹೊಟ್ಟೆ ತುಂಬಾ ಹಸಿವೆಯಿತ್ತು. ಹೊಸ ಪೈರಿನ ಹಸನಾದ ಕಾಳನ್ನು ಬೇಯಿಸಿ ಮಾಡಿದ ಕೂಳನ್ನು ಬಡಿಸಿದಳು. ಮೂವರೂ ತಿಂದು ತೇಗಿದರು. ತರುವಾಯ ಒಲೆಯ ಬಳಿ ಬೆಂಕಿಯ ಕಾವಿನಲ್ಲಿ ಒರಗಲು ಹುಲ್ಲಿನ ಹಾಸಿಗೆಗಳನ್ನೂ ಕೊಟ್ಟಳು.

ಮೂವರು ಅತಿಥಿಗಳೂ ಚಳಿ ಕಾಯಿಸಿಕೊಳ್ಳುತ್ತಿದ್ದರು. ಕರಡ್ಯಣ್ಣನು ಬೆಲ್ಲದ ಗೋಡೆಯ ಮೇಲೆ ತಗುಲಿ ಹಾಕಿದ್ದ ಮಹಾತ್ಮಾ ಗಾಂಧಿಯ ಪಟವನ್ನೂ, ಶ್ರೀರಾಮಕೃಷ್ಣ, ವಿವೇಕಾನಂದರ ಪಟಗಳನ್ನೂ, ನೋಡಿ, 'ಇವೇಕೆ ಈ ಪಟಗಳು' ಎಂದು ಕೇಳಿದನು.

'ಮಕ್ಕಳು ಈ ಮಹಾಪುರುಷರ ಸನ್ನಿಧಿಯಲ್ಲಿಯೇ ಬೆಳೆದರೆ ಅವರೂ ಮಹಾತ್ಮರಾಗುತ್ತಾರೆ. ಭರತ ಮಾತೆಯ ಉದ್ಧಾರ ಮಾಡುತ್ತಾರೆ. ಅದಕ್ಕೋಸ್ಕರ ಈ ಪಟಗಳನ್ನು ಇಟ್ಟಿದ್ದೇನೆ. ಅವರಿಗೆ ದಿನವೂ ಅವರ ಕಥೆಗಳನ್ನು ಜೋಗುಳದಂತೆ ಹೇಳುತ್ತೇನೆ. ಹಾಲು ಬೆಣ್ಣೆಗಳಲ್ಲಿ ಅವರ ಮಹಿಮೆಯನ್ನು ಊಡುತ್ತೇನೆ' ಎಂದಳು ಗುಬ್ಬಕ್ಕ.

'ಎಲ್ಲಿ? ನಿನ್ನ ಮಕ್ಕಳನ್ನು ನೋಡೋಣ!' ಎಂದನು ನರಿಯಣ್ಣ.

'ತೊಟ್ಟಿಲಲ್ಲಿ ಮಲಗಿ ನಿದ್ದೆ ಹೋಗಿದ್ದಾರೆ. ಬನ್ನಿ ನೋಡಿ' ಎಂದು ಗುಬ್ಬಕ್ಕಳು ಅವರನ್ನು ಕರೆದುಕೊಂಡು ಹೋಗಿ ತೋರಿಸಿದಳು. ಮೂವರು ಮಕ್ಕಳೂ ಮಿಂಚಿನುಂಡೆಗಳಂತೆ ಹೊಳೆಯುತ್ತಿದ್ದರು. ಹುಲಿಯಣ್ಣ ಕರಡ್ಯಣ್ಣ ಇಬ್ಬರೂ ಸಂತೋಷಪಟ್ಟರು. ನರಿಯಣ್ಣನೂ ಬಹಳ ಸಂತೋಷಪಟ್ಟ!

ಎಲ್ಲರೂ ಮಲಗಿಕೊಂಡರು. ಕರಡ್ಯಣ್ಣ ಗೊರಕೆ ಹೊಡೆದದ್ದೂ ಹೊಡೆದದ್ದೇ! ಆದರೆ ಮಳೆ, ಗಾಳಿ, ಗುಡುಗು ಜೋರಾಗಿದ್ದುದರಿಂದ ಅದು ಯಾರಿಗೂ ತೊಂದರೆ ಮಾಡಲಿಲ್ಲ.

ನಸುಕು ಹರಿಯಿತು. ಮಳೆ ನಿಂತಿದ್ದಿತು. ಗುಬ್ಬಕ್ಕ ಎದ್ದು ಮನೆಯನ್ನು ಗುಡಿಸಿ, ರಂಗೋಲಿ ಹಾಕಿ, ಹಾಲು ಕರೆಯಲು ಕೊಟ್ಟಿಗೆಗೆ ಹೋದಳು. ಹುಲಿಯಣ್ಣ, ಕರಡ್ಯಣ್ಣ ಎದ್ದು ಹೋಗಲನುವಾದರು. ನರಿಯಣ್ಣನನ್ನು ಕರೆದರೆ, 'ಆ! ಹೂ! ಊಹೂ!' ಎಂದು ಮಲಗಿಯೇ ಇದ್ದನು. ಪಾಪ, ನರಿಯಣ್ಣನಿಗೆ ಬಹಳ ನಿದ್ದೆ ಎಂದು ತಿಳಿದು ಹುಲಿಯಣ್ಣ, ಕರಡ್ಯಣ್ಣ ಹೊರಟುಹೋದರು. ಯಜಮಾನಿ ಸಿಕ್ಕಲಿಲ್ಲವಾದುದರಿಂದ ನಮಸ್ಕಾರ ಹೇಳಲಿಲ್ಲ.

ಅವರು ಹೊರಟುಹೋದ ಮೇಲೆ ನರಿಯಣ್ಣ ಮೆಲ್ಲಗೆ ಎದ್ದನು. ಮನೆಯಲ್ಲಿ ಯಾರೂ ಇರಲಿಲ್ಲ. ಗುಬ್ಬಕ್ಕಳ ಮಕ್ಕಳು ಆಗ ತಾನೆ

ಎದ್ದು ಅಳುತ್ತಿದ್ದವು. ನರಿಯಣ್ಣ ಮೂರು ಮಕ್ಕಳನ್ನೂ ನುಂಗಿ ಬೇಗ ಬೇಗನೆ ಸಕ್ಕರೆಯ ಬಾಗಿಲನ್ನು ಮುರಿದುಕೊಂಡು ಓಡಿಹೋದನು!

ಸ್ವಲ್ಪ ಹೊತ್ತಾದ ಮೇಲೆ ಗುಬ್ಬಕ್ಕ ಹಾಲು ಕರೆದುಕೊಂಡು ಬಂದು ನೋಡುತ್ತಾಳೆ, ಮಕ್ಕಳಿಲ್ಲ! ಅತಿಥಿಗಳೂ ಇಲ್ಲ! ಗುಬ್ಬಕ್ಕ ಗೊಳೋ ಎಂದು ರೋದಿಸತೊಡಗಿದಳು. ಕಾಡಿನಲ್ಲಿ ಕೇಳುವವರಾರು? ಬಿಕ್ಕಿ ಬಿಕ್ಕಿ ಅತ್ತು ಕಡೆಗೆ ಕಳ್ಳರನ್ನು ಹುಡುಕಿಕೊಂಡು ಹೊರಟಳು. ಎಲ್ಲೆಲ್ಲಿಯೋ ಹುಡುಕಿದಳು. ಯಾರ್ಯಾರನ್ನೋ ಕೇಳಿದಳು. ಕಡೆಗೆ ಹಾರುತ್ತಿರುವಾಗ ದೂರ ಒಂದು ಪರ್ವತದ ತಪ್ಪಲಿನಲ್ಲಿ ಹುಲಿಯಣ್ಣ, ಕರಡ್ಯಣ್ಣ ಹೋಗುತ್ತಿದ್ದುದನ್ನು ಕಂಡಳು. ಬೇಗ ಓಡಿ ಹೋಗಿ ತಡೆದಳು! ಅವರಿಗೆ ಆಶ್ಚರ್ಯವಾಯಿತು. 'ಗುಬ್ಬಕ್ಕ, ಏಕೆ ಅಳುತ್ತೀಯಾ?' ಎಂದರು.

'ನೀವೆಲ್ಲ ಕಳ್ಳರು! ನನ್ನ ಮಕ್ಕಳನ್ನು ತಿಂದು ಬಂದಿದ್ದೀರಿ! ನಿಮಗೆ ಮಾಡಿದ ಉಪಕಾರಕ್ಕೆ ಇದೇನೆ ಪ್ರತ್ಯುಪಕಾರ? ಅಯ್ಯೋ!' ಎಂದು ಅತ್ತಳು.

ಹುಲಿಯಣ್ಣನಿಗೆ ಎದೆ ಕರಗಿಹೋಯಿತು. ಕರಡ್ಯಣ್ಣನಿಗೆ ಕಳವಳ ಹೆಚ್ಚಾಯಿತು. ಆಗ ಹೇಳಿದರು: ತಾವು ಬರುವಾಗ ನರಿಯಣ್ಣ ಅಲ್ಲಿಯೇ ಇದ್ದನೆಂದೂ, ಮಕ್ಕಳು ನಿದ್ದೆ ಮಾಡುತ್ತಿದ್ದವೆಂದೂ, ಕಡೆಗೆ ನರಿಯಣ್ಣನೇ ಆ ಘೋರಕೃತ್ಯವನ್ನು ಮಾಡಿರಬೇಕೆಂದು ನಿರ್ಧರಿಸಿ, ಗುಬ್ಬಕ್ಕಳನ್ನೂ ಜೊತೆಯಲ್ಲಿ ಕರೆದುಕೊಂಡು ನರಿಯಣ್ಣನ ಪತ್ತೆಗೆ ಹೊರಟರು. ಹೊರಟು ಹುಡುಕಿದರು. ಎಲ್ಲಿಯೂ ಸಿಕ್ಕಲಿಲ್ಲ. ಕಡೆಗೆ ಎದುರಿಗೆ ಬರುತ್ತಿದ್ದ ಗೂಬಮ್ಮಳನ್ನು ಕೇಳಿದರು. 'ನರಿಯಣ್ಣ ಎರಡು ಮೈಲಿ ಆಚೆ ಓಡುತ್ತಿದ್ದ!' ಎಂದು ಗೂಬಮ್ಮ ಹೇಳಲು ಎಲ್ಲರೂ ಓಡಿದರು.

ದೂರದಲ್ಲಿ ನರಿಯಣ್ಣ ಹೋಗುತ್ತಿದ್ದ. ಅವನು ಹುಲಿಯಣ್ಣ, ಕರಡ್ಯಣ್ಣನ ಜೊತೆಯಲ್ಲಿ ಗುಬ್ಬಕ್ಕಳನ್ನು ಕಾಣಲು ತನಗೆ ಕೇಡು ಬಂತೆಂದು ತಿಳಿದು ಓಟಕಿತ್ತನು. ಆದರೆ ಹುಲಿಯಣ್ಣನು ಮಿಂಚಿನಂತೆ ಹಾರಿಹೋಗಿ ಹಿಡಿದನು. ಕರಡ್ಯಣ್ಣನು 'ಕಳ್ಳಾ! ಒಳ್ಳೇ ಮಾತಿನಿಂದ ಗುಬ್ಬಕ್ಕನ ಮಕ್ಕಳನ್ನು ಕೊಡುತ್ತಿಯೋ ಇಲ್ಲವೋ?' ಎಂದನು.

ನರಿಯಣ್ಣನು ಏನೂ ತಿಳಿಯದವನಂತೆ ನಟಿಸಿ, ತಾನು ನಿರಪರಾಧಿ ಎಂದು ವಾದಿಸಿದನು. ಗುಬ್ಬಕ್ಕಳು ಗೊಳೋ ಎಂದು

ಅಳುತ್ತಲೇ ಇದ್ದಳು. ಹುಲಿಯಣ್ಣನು ಅಳುವುದನ್ನು ಸ್ವಲ್ಪ ನಿಲ್ಲಿಸುವಂತೆ ಹೇಳಿ, ನರಿಯಣ್ಣನ ಹೊಟ್ಟೆಯ ಹತ್ತಿರ ಕಿವಿಯನ್ನು ಚಾಚಿ ಆಲೈಸಿದನು.

ಒಳಗೆ ಚೀ! ಪೀ! ಸದ್ದು!!

ಕಳ್ಳ ಸಿಕ್ಕಿದ ಎಂದು ಹುಲಿಯಣ್ಣ ನರಿಯಣ್ಣನನ್ನು ಹಿಡಿದುಕೊಂಡ! ನರಿಯಣ್ಣ, ತಾನು ಕೆಟ್ಟೆನೆಂದು ತಿಳಿದು ಹಲ್ಲು ಹಲ್ಲು ಕಿರಿಯುತ್ತ ದಮ್ಮಯ್ಯ ಎಂದನು. ಕರಡ್ಯಣ್ಣನು ಹುಲಿಯಣ್ಣನನ್ನು ಕುರಿತು 'ಅವನ ಹೊಟ್ಟೆಯನ್ನು ಸೀಳಿ ಮರಿಗಳನ್ನು ಈಚೆಗೆ ತೆಗೆ!' ಎಂದನು.

ಹುಲಿಯಣ್ಣನು ನರಿಯಣ್ಣನನ್ನು ಕೆಳಗೆ ಹಾಕಿಕೊಂಡು ಮೇಲೆ ಕುಳಿತುಕೊಂಡನು; ನರಸಿಂಹನು ಹಿರಣ್ಯಕಶಿಪುವಿನ ಮೇಲೆ ಕುಳಿತಂತೆ.

ಇನ್ನೇನು! ಹುಲಿಯಣ್ಣನು ತನ್ನ ಕ್ರೂರ ವ್ಯಾಘ್ರನಖಗಳಿಂದ ನರಿಯಣ್ಣನ ಹೊಟ್ಟೆ ಬಗೆಯಬೇಕು. ಅಷ್ಟರಲ್ಲಿ ನರಿಯಣ್ಣ ಗುಬ್ಬಕ್ಕಳನ್ನು ಕುರಿತು 'ಅಕ್ಕಾ ಗುಬ್ಬಕ್ಕಾ! ನಿನ್ನ ದಮ್ಮಯ್ಯ! ನನ್ನನ್ನು ಕಾಪಾಡು. ನನಗೂ ಮಕ್ಕಳಿದ್ದಾರೆ!' ಎಂದನು.

ಗುಬ್ಬಕ್ಕಳ ಕರುಳು ಕರಗಿತು. ಎಷ್ಟಾದರೂ ಹೆತ್ತ ಹೆಣ್ಣಲ್ಲವೇ?

'ಹುಲಿಯಣ್ಣ ಬೇಡ! ಬೇಡ! ಬಿಡು' ಎಂದಳು.

'ಹಾಗಾದರೆ ನಿನ್ನ ಮಕ್ಕಳು ಉಳಿಯುವುದು ಹೇಗೆ?' ಎಂದನು ಹುಲಿಯಣ್ಣ.

'ನಾನೊಂದು ಉಪಾಯ ಹೇಳುತ್ತೇನೆ' ಎಂದಳು ಗುಬ್ಬಕ್ಕ.

'ಏನದು?' ಎಂದನು ಕರಡ್ಯಣ್ಣ.

'ಹುಲಿಯಣ್ಣ ನರಿಯಣ್ಣನನ್ನು ಹಿಡಿದುಕೊಳ್ಳಲಿ. ಕರಡ್ಯಣ್ಣ ಅವನ ಬೆನ್ನಿನ ಮೇಲೆ ಬಲವಾಗಿ ಒಂದು ಗುದ್ದು ಹೇರಲಿ. ಆಗ ನನ್ನ ಮಕ್ಕಳು ನರಿಯಣ್ಣನ ಬಾಯಿಂದ ಈಚೆಗೆ ಬೀಳುತ್ತಾರೆ!' ಎಂದಳು ಗುಬ್ಬಕ್ಕ.

ಸರಿ, ಹುಲಿಯಣ್ಣ ಹಿಡಿದುಕೊಂಡ. ಕರಡ್ಯಣ್ಣ ಹೇರಿದ!

ಬಂದರು ಈಚೆಗೆ ಗುಬ್ಬಕ್ಕಳ ಮೂರು ಮಕ್ಕಳು, ಚೀ, ಪೀ, ಚೀ, ಪೀ ಎನ್ನುತ್ತ!

14   ನರಿಗಳಿಗೇಕೆ ಕೋಡಿಲ್ಲ?

ಆದರೆ ಮಕ್ಕಳ ವೈತುಂಬ ನರಿಯಣ್ಣನ ಜೊಲ್ಲು ತುಂಬಿಹೋಗಿತ್ತು.!

ಗುಬ್ಬಕ್ಕ ಮರಿಗಳನ್ನು ಎತ್ತಿಕೊಂಡು ಹರ್ಷದಿಂದ ಹೋದಳು. ತನ್ನ ಸವಿಯಾದ ಮನೆಗೆ, ಸ್ನಾನ ಮಾಡಿಸಿ, ಉಣ್ಣಲಿಕ್ಕಿ, ಮಲಗಿಸಲು!

ಹುಲಿಯಣ್ಣನು ನರಿಯಣ್ಣನಿಗಿದ್ದ ಎರಡು ಕೋಡುಗಳನ್ನೂ ಶಿಕ್ಷೆಗಾಗಿ ಮುರಿದನು. ಕರಡ್ಯಣ್ಣನು 'ಇನ್ನು ಮೇಲೆ ನಿನ್ನ ಜಾತಿಗೆ ಕೋಡುಗಳಿರದೆ ಹೋಗಲಿ' ಎಂದು ಶಾಪ ಕೊಟ್ಟನು.

ಅಂದಿನಿಂದ ನರಿಯ ಜಾತಿಗೆ ಕೋಡುಗಳಿಲ್ಲ!

ರಂಗಪ್ಪನ ಗೊಂಬೆ

– ಕೋಟ ಶಿವರಾಮ ಕಾರಂತ

ಗುಡಿಗಾರ ರಂಗಪ್ಪನ ಪರಿಚಯವನ್ನು ನಾಗತ್ತೆಯೊಡನೆಯೇ ಕೇಳಬೇಕು. ಅವನಿಗೇನು ನಲುವತ್ತು ವಯಸ್ಸಿರಬಹುದು; ನಾಗತ್ತೆಗೆ ಅದಕ್ಕೂ ಇಪ್ಪತ್ತು ವರ್ಷ ಹಿರಿದು. ನಾಗತ್ತೆಯ ಕಣ್ಣು ತುಸು ಮಂಜು ಮುಸುಕಿದಂತೆ ಆಗುತ್ತದಂತೆ. ಆದರೆ ಒಂದು ದಿವಸವಾದರೂ ರಂಗಪ್ಪನ ಮನೆ ಮುಂದೆ ನಿಂತು ಅವನು ಕೆತ್ತುವ ಗೊಂಬೆಗಳನ್ನು ಕಾಣದಿದ್ದರೆ ಅವಳ ಮನಸ್ಸಿಗೆ ತೃಪ್ತಿಯಿಲ್ಲ; ಕಣ್ಣು ತಣಿಯದು.

ನಿತ್ಯ ಸ್ನಾನಕ್ಕೆಂದು ಕೆರೆಗೆ ಹೋಗುವ ಮೊದಲು, ರಂಗಪ್ಪನ ಮನೆಯ ಮುಂದಿನಿಂದ ಹಾದು ಹೋಗುವಳು. ಮನೆಯಲ್ಲಿ ರಂಗಪ್ಪನಿದ್ದರಾಯಿತಲ್ಲ; ಇಲ್ಲದಿದ್ದರೂ ಸರಿಯೆ. ಅವನ ಹೆಂಡತಿಯನ್ನು ಕರೆದು, 'ಚೆನ್ನಿ, ರಂಗಣ್ಣ ಎಲ್ಲಿಗೆ ಹೋಗಿದ್ದಾನೆ? ಅವನ ಕೊಳಲ ಕೃಷ್ಣನ ಕೆಲಸ ಮುಗಿಯಿತೇನು?' ಎಂದು ಕೇಳುವಳು.

ಚೆನ್ನಿಯು ನಿತ್ಯದಂತೆ, 'ಏನೋ ಅವ್ವ, ದಿನಕ್ಕೆ ನಾಲ್ಕು ಗೊಂಬೆ ಗಳನ್ನು ಕೆತ್ತಿ ಇರಿಸುವ ಅವರು, ಇದೊಂದನ್ನು ಆರು ತಿಂಗಳಾದರೂ ಮುಗಿಸರು. ಕರಿಮರವೋ ಏನೋ; ಬಲು ಗಟ್ಟಿ ಜಾತಿಯ ಮರವಿರ ಬೇಕು. ರೂಪು ಹಾಕಿದ ಹಾಗೇ ಇದೆ. ಕೈ ಕಾಲು ಕೊರೆಯಲಿಕ್ಕೆ ನಾಲ್ಕು ತಿಂಗಳು ಹಿಡಿಯಿತು; ಇನ್ನು ಮುಖ ಮಾಡಲು ಒಂದು ವರ್ಷ ಹಿಡಿದೀತು. ಗಂಧದ ಗೊಂಬೆಯಾಗಿದ್ದರೆ ನಾಲ್ಕು ದಿವಸಗಳಲ್ಲಿ ಮುಗಿಯುವ ಕೆಲಸ' ಎನ್ನುವಳು.

ನಾಗತ್ತೆಗೆ ಆ ಒಂದು ಗೊಂಬೆ ಮುಗಿದುದನ್ನು ಕಾಣಬೇಕು ಎಂಬ ಆತುರ ಅಷ್ಟಿಷ್ಟಲ್ಲ. ರಂಗಪ್ಪ ಮೈಗಳ್ಳನೇನೂ ಅಲ್ಲ. ಆದರೂ,

16 ನರಿಗಳಿಗೇಕೆ ಕೋಡಿಲ್ಲ?

ಅವನ ಕೃಷ್ಣನ ಗೊಂಬೆ ಮುಗಿಯುವಂತಿರಲಿಲ್ಲ. ನಿತ್ಯ ಗೊಂಬೆಯ ಸುದ್ದಿಯನ್ನು ಕೇಳದೇನೇ ನಾಗತ್ತೆ ಸ್ನಾನಕ್ಕೆ ಮುಂದುವರಿಯುವುದಿಲ್ಲ. ಒಂದೊಂದು ದಿವಸ ರಂಗಪ್ಪನೇ ಚಾವಡಿಯ ಮೇಲೆ ಕೆಲಸಕ್ಕೆ ಕುಳಿತಿರುತ್ತಾನೆ. ಹಾಗಿದ್ದರೆ ನಾಗತ್ತೆಗೆ ಹಿಡಿಸಲಾರದ ಉಕ್ಕು.

ಅವನು ಬೇರೇನಾದರೂ ಕೆಲಸದಲ್ಲಿದ್ದರೆ, 'ರಂಗಣ್ಣ, ಇದ್ಯಾಕೆ ಹಿಡಿದಿದ್ದೆ ಕೃಷ್ಣನನ್ನು ಬಿಟ್ಟು. ಅದು ಮುಗಿದು ಚಂದ ನೋಡುವ ಎಂದರೆ ನಿನಗೇಕೋ ಈ ಹಳೆ ಅಮ್ಮನ ಮೇಲೆ ಹಟ ಎಂದು ಕಾಣುತ್ತದೆ' ಎಂದು ಹೇಳುವಳು. ರಂಗಪ್ಪ ಮೆಲುನಗೆಯಿಂದ, 'ಅಮ್ಮ, ಅದು ಎಲ್ಲ ಗಳಿಗೆಯಲ್ಲೂ ಹಿಡಿಯುವ ಕೆಲಸವಲ್ಲ. ಮನಸ್ಸು ಉಕ್ಕಿ ಬಂದರೆ ಮಾತ್ರ ಆ ಕೆಲಸ. ಇಲ್ಲವಾದರೆ ಅದಕ್ಕೆ ಉಳಿಯೇ ನಾಟುವಂತಿಲ್ಲ. ಏನೂ ಹೆದರಬೇಡಿ– ಮುಂದಿನ ತಿಂಗಳಿಗೆ ಮುಗಿದೀತು! ದೇವರಿದ್ದಾನೆ' ಎಂದು ಸಮಾಧಾನ ಹೇಳುವನು.

ಆಮೇಲೆ ನಾಗತ್ತೆ ತುಸು ಹೊತ್ತು ಅಲ್ಲೇ ಕುಳಿತು ರಂಗಪ್ಪನಿಗೆ ಅವನ ಅಜ್ಜನ ಕೈವಾಡವನ್ನು ಬಣ್ಣಿಸುವಳು. ಅದೇ ಮನೆ; ಅದೇ ಜಗುಲಿ. ಅಲ್ಲೇ ಕುಳಿತು ಕೆಲಸ ಮಾಡುತ್ತಿದ್ದನಂತೆ ಅವನ ತಾಯಿಯ ತಂದೆ ಗುಡಿಗಾರ ಚಂದು. ಆ ಊರ ದೇವರ ಪಲ್ಲಕ್ಕಿ ಕೆತ್ತಿದವನೇ ಚಂದುವಂತೆ. 'ಚಂದು ಕೆಲಸವೆಂದರೆ ಜಕಣಾಚಾರಿಯ ಕೆಲಸ' ಎನ್ನುವಳು ನಾಗತ್ತೆ.

ಆಗ ಅವಳು ಚಿಕ್ಕವಳಿದ್ದಳು.

ಆಗಾಗ ಬಂದು ಚಂದುವಿನ ಮಗ್ಗುಲಲ್ಲಿ ನಿಂತು ಅವನು ಕೆತ್ತುವ ಪ್ರತಿಯೊಂದು ಗೊಂಬೆಯನ್ನೂ ಕಂಡು ಹಿಗ್ಗಿದ್ದಳು. ಈ ಕೃಷ್ಣನ ಗೊಂಬೆಯನ್ನು ಕಂಡು, 'ರಂಗಪ್ಪ, ನೀನು ಹುಟ್ಟಿದ್ದು ಸಾರ್ಥಕವಾಯಿತು. ಚಂದು ಮೊಮ್ಮಗ ಹೌದು ಎನಿಸುವ ಗೊಂಬೆ ಇದು ಆಗುತ್ತದೆ. ನೀನು ಇಷ್ಟೆಲ್ಲ ಮಾಡುತ್ತೀಯ. ಇದಕ್ಕೆ ತಾಗುವ ಇನ್ನೊಂದು ಗೊಂಬೆ ನಮ್ಮ ಬಸ್ರೂರಲ್ಲಿ ಮಾಡಿದವರಿಲ್ಲ. ಇನ್ನು ಆಗಲಿಕ್ಕೂ ಇಲ್ಲ' ಎನ್ನುವಳು.

ಇಂಥ ಮಾತುಗಳೇನಾದರೂ ಚೆನ್ನಿಯ ಕಿವಿಗೆ ಬಿದ್ದರೆ, ಅವಳು 'ಅಮ್ಮ, ಇಂಥ ಗೊಂಬೆಗಳನ್ನು ಮಾಡುತ್ತಾ ಕುಳಿತರೆ ಒಪ್ಪತ್ತಿನ ಕೂಳು

ಹುಟ್ಟಲಿಕ್ಕಿಲ್ಲ; ಈಗ ಗುಡಿಗಾರಿಕೆಗೇ ಬಂದಿದೆ ಕಾಲ. ಅದರಲ್ಲಿ ಇವರು ಕರಿಮರ ಹಿಡಿದು ದಿನವೆಲ್ಲ ತೇವುತ್ತಿದ್ದರೆ ದೇವರೇ ಗತಿ' ಎನ್ನುವಳು. ರಂಗಪ್ಪನಾಗ, 'ಅಮ್ಮಾ ಕೇಳಿದಿರಾ ಚೆನ್ನಿ ಮಾತನ್ನು. ಅದರಿಂದಲೇ ಅವಳು ಮನೆಯಲ್ಲಿದ್ದರೆ ಸಾಕು, ನಾನು ಆ ಗೊಂಬೆ ಕೆಲಸ ಮುಟ್ಟುವುದಿಲ್ಲ' ಎಂದು ಉತ್ತರಿಸುವನು. ಚೆನ್ನಿ ನಾಚುತ್ತ, 'ಹೌದು ಹೌದು' ಎಂದು ಒಳಗೆ ಹೋಗುವಳು.

ಇಂಥಾ ಗೊಂಬೆಯು ಮುಗಿಯುವ ಗಳಿಗೆ ಬಂದಿತು.

ಒಂದು ದಿವಸ ನಾಗತ್ತೆಯು ರಂಗಪ್ಪನ ಮನೆಯನ್ನು ಸಮೀಪಿಸುವಾಗಲೇ ರಂಗಪ್ಪನು ಕರೆದನು. 'ಅಮ್ಮಾ, ದೃಷ್ಟಿಯೊಂದಿಟ್ಟರೆ ಮುಗಿಯಿತು. ಒಳ್ಳೇ ಗಳಿಗೆ ನೋಡಿ ಅದೊಂದು ಮಾಡಿದರಾಯಿತು.'

ನಾಗತ್ತೆ ಓಡಿ, ಓಡಿ ಅವನ ಬಳಿಗೆ ಹೋದಳು. ದೃಷ್ಟಿ ಮೂಡದಿದ್ದರೂ, ಇತರ ರೀತಿಯಿಂದ ಪೂರ್ಣವಾದ ಆ ಕೃಷ್ಣನನ್ನು ಕೈಯಲ್ಲಿ ಹಿಡಿದು ಹಿಗ್ಗಿ, ಕುಣಿದು, ಹಾರಿದ್ದನ್ನು ಕಂಡರೆ, 'ಆ ಅಜ್ಜಿಗೆ ಮರುಳು' ಅನ್ನಬೇಕು ಕಂಡವರು.

'ರಂಗಪ್ಪ, ನಾನು ಬಡವೆ; ಇಲ್ಲವಾದರೆ ಈ ಕೃಷ್ಣನಿಗೆ ಒಂದು ಗುಡಿ ಕಟ್ಟಿಸುತ್ತಿದ್ದೆ. ನ್ಯಾಯಕ್ಕೂ ಗುಡಿ ಕಟ್ಟಬೇಕು. ದೇವರಿಗೆ ಯಾರ ಕೈಯಿಂದಾದರೂ ಅಷ್ಟು ಮಾಡಿಸಲಪ್ಪಾ.'

ರಂಗಣ್ಣನ ಕಣ್ಣಲ್ಲಿ ತೊಟ್ಟು ನೀರು ಹರಿಯಿತು.

'ಅಮ್ಮ, ನಿಮ್ಮ ಆಶೀರ್ವಾದ. ನೀವು ನಮ್ಮ ಅಜ್ಜನ ಕಥೆ ಹೇಳುತ್ತೀರಿ ನಿತ್ಯವೂ. ಅವನ ರಕ್ತ ನನ್ನಲ್ಲಿದೆ ಎನ್ನಿಸುವ ಆಸೆ ಹುಟ್ಟಿಸಿದವರೇ ನೀವು. ಗೊಂಬೆ ಇಷ್ಟು ಚಂದವಾದರೆ ಅದು ನಿಮ್ಮ ಆಶೀರ್ವಾದದಿಂದ.'

ನಾಗತ್ತೆಯು ಸ್ನಾನಕ್ಕೆ ಹೋದಳು. ಖಂಡಿತವಾಗಿಯೂ ಆ ದಿನ ಅವಳು ಪೂರ್ಣ ಊಟವನ್ನು ಮಾಡಿರಲಾರಳು. ಗಬಗಬನೆ ನಾಲ್ಕು ಅಗುಳನ್ನು ಬಾಯಿಗೆ ತುರುಕಿಕೊಂಡು ಮನೆಯಿಂದ ಹೊರಬಿದ್ದಳು. 'ರಂಗಪ್ಪನ ಕೃಷ್ಣ ನಾಳೆಗೆ ಮುಗಿಯುತ್ತದೆ' ಎಂದು ಊರಿನ ಮುದುಕಿಯರೊಡನೆಲ್ಲ ಸಾರಿದಳು. ಕೇಳಿದವರು ತುಸು ಅಪಹಾಸ್ಯಕ್ಕೆ ನಕ್ಕರು.

'ನಿಮಗೆ ಮರುಳು ಅಜ್ಜಿ. ಒಂದು ಗೊಂಬೆ ಹಾಗೆ ಇನ್ನೊಂದು ಗೊಂಬೆ. ಗುಡಿಗಾರನಿಗೇನು ಕಸುಬು? ಕೆತ್ತುತ್ತಾನೆ ಹೊಟ್ಟೆ ವ್ಯಾಪ್ತಿಗೆ' ಎಂದಳು ಒಬ್ಬಳು.

'ಅಲ್ಲವಂತೆ. ಅದು ಕೃಷ್ಣದೇವರ ಗೊಂಬೆಯಂತೆ' ಎಂದಳು ಇನ್ನೊಬ್ಬಳು.

'ದೇವರ ಗೊಂಬೆಯೇ! ಆಗಲಪ್ಪ. ಯಾರಾದರೂ ತಕ್ಕೊಂಡು ಪೂಜೆಯಾದರೂ ಮಾಡಿಯಾರು. ನಾನು– ಅದೇನಾದರೂ ಹಾಳುಹರಟೆ ಬಂಡಿ, ಬಸವ– ಅಂತ ಮಕ್ಕಳಾಟಕ್ಕೆ ಕೆತ್ತಿದ್ದನೋ ಎಂದು ಯೋಚಿಸಿದ್ದೆ' ಎಂದಳು ಮೂರನೆಯವಳು.

ಮರುದಿನ ಬಂದಿತು. ಗೊಂಬೆ ಮುಗಿಯಲಿ, ಮುಗಿಯದಿರಲಿ ಅದು ಬಾರದಿದ್ದೀತೇ? ಆದ್ರೆ ಈ ಬಾರಿ ಬಲು ಆತುರದಿಂದ ಬಂದಿತು. ನಾಗತ್ತೆಯು ಊರನ್ನೆಲಾ ಸುತ್ತಿ, ಹಟ ಹಿಡಿದು, ಮನಸ್ಸಿದ್ದವರು, ಇಲ್ಲದವರು ಎಂದು ಎಲ್ಲರನ್ನೂ ಕೂಡಿಸಿ ರಂಗಪ್ಪನ ಮನೆಗೊಂದು ಯಾತ್ರೆಯನ್ನೇ ಹೊರಡಿಸಿದಳು.

ಬಂದ ಬಂದ ಮುದುಕಿಯರು, ಮುತ್ತೈದೆಯರು ಗೊಂಬೆಯನ್ನು ಕಂಡು, 'ಸಾಪಾಗಿದೆ ಗೊಂಬೆ; ಒಯಿನಾಗಿದೆ' ಎಂದರು. ಗೊಂಬೆಯನ್ನು ನೋಡಿ ಮನೆಗೆ ಹೋಗುವಾಗ, 'ರಂಗಪ್ಪ, ಈ ಗೊಂಬೆಗೆ ಕಿಚ್ಚಾಕು. ಒಂದು ಕೈಮರಿಗೆ ಮಾಡಿ ಕೊಡುತ್ತೀಯಾ, ಒಂದು ಸಣ್ಣ ಉಪ್ಪಿನಕಾಯಿ ಬಟ್ಟಲು, ಹಲಸಿನ ಮರ ನಾನೇ ಕೊಡುತ್ತೇನೆ' ಎಂದು ತಮ್ಮ ರೀತಿಯಲ್ಲಿ ಪ್ರೋತ್ಸಾಹವಿತ್ತು ಹೊರಟುಹೋದರು.

* * *

ಇಷ್ಟೆಲ್ಲ ನಡೆದು ಇಂದಿಗೆ ಎರಡು ವರ್ಷ ಸರಿಯಿತು. ನಾಗತ್ತೆಯನ್ನು ಬಿಟ್ಟು ಉಳಿದವರಿಗೆ ಕೃಷ್ಣನ ಗೊಂಬೆಯ ನೆನವರಿಕೆ ಸಹ ಉಳಿದಿರಲಾರದು. ಅದರ ಮೇಲೆ ರಂಗಪ್ಪ ಹತ್ತೈವತ್ತು ದೀಪಲಕ್ಷ್ಮಿಯರನ್ನೋ, ಪಟರಾಯರನ್ನೋ ಕೆತ್ತಿ ಮಾರಾಟ ಮಾಡಿದ್ದನು.

ಇಂದು ಬಸ್ರೂರಿಗೆ ವಕೀಲ ಸುಬ್ರಾಯರು ಮಂಗಳೂರಿಂದ ಬರುವವರಿದ್ದಾರೆ.

ಸುಬ್ರಾಯರು ಬಸ್ರೂರಲ್ಲಿ ಹುಟ್ಟಿದವರಾದರೂ ಬೆಳೆದುದು ಮಂಗಳೂರಿನಲ್ಲಿ. ಅಲ್ಲಿಯೆ ವಿದ್ಯೆ ಕಲಿತು, ಮದ್ರಾಸಿನಲ್ಲಿ ಬಿ.ಎ., ಬಿ.ಎಲ್., ಆಗಿ, ಮಂಗಳೂರಿಗೆ ಬಂದು ನೆಲೆಸಿ ವಕೀಲರೆಂದರೆ ವಕೀಲರೆನಿಸಿಕೊಂಡವರು. ಅಂಥವರು ಊರಿಗೆ ಬರುವುದೆಂದರೆ ಕೇಳಬೇಕೆ? ಸುಬ್ರಾಯರ ಕುಟುಂಬದ ಮನೆ ಇನ್ನೂ ಬಸ್ರೂರಲ್ಲಿದೆ. ಇಂದು ಆ ಮನೆಯು ಮದುವೆ ಚಪ್ಪರವಾಗಿಬಿಟ್ಟಿದೆ. ಅವರನ್ನು ನೋಡಲು ಗುಡಿಗಾರ ರಂಗಪ್ಪನೂ ಹೋಗಿದ್ದ.

ಏನೋ ಊರಿನ ದೊಡ್ಡ ಮನುಷ್ಯರಿಗೆ ಬಡವನ ಮರ್ಯಾದೆ ಸಲ್ಲಿಸುವುದಕ್ಕೆಂದು, ಜತೆಯಲ್ಲಿ ತಾನೇ ರಚಿಸಿದ ಬೆಂಡು ಹೂವುಗಳ ಸರವನ್ನು ಒಯ್ದಿದ್ದ. ಅದನ್ನು ಸುಬ್ರಾಯರ ಮುಂದೆ ಇರಿಸಿ, 'ದೇವರು' ಎಂದು ಬಗ್ಗಿ ನಮಸ್ಕರಿಸಿದ. ಸುಬ್ರಾಯರು ಮಾತು ಬಲ್ಲವರು; ಜನರನ್ನು ತಿಳಿಯುವ ಯೋಗ್ಯತೆ ಉಳ್ಳವರು; 'ಯಾರು? ಏನು' ಎಂದು ವಿಚಾರಿಸಿದರು. ರಂಗಪ್ಪನಿಗೆ ತೃಪ್ತಿಯಾಯಿತು. ಅಲ್ಲಿ ಬಳಿಯಿದ್ದವರು ಯಾರೋ, 'ಅವನು ನಮ್ಮ ಗುಡಿಗಾರ ಚಂದು ಮೊಮ್ಮಗ' ಎಂದರು. ಚಂದುವಿನ ಹೆಸರು ಚಿಕ್ಕಂದಿನಲ್ಲಿ ಚೆನ್ನಾಗಿ ಕೇಳಿದ ನೆನಪು ರಾಯರಿಗಿತ್ತಂತೆ.

ವಕೀಲರು ಒಂದು ವಾರ ಸಮಯ ಬಸ್ರೂರಲ್ಲಿದ್ದರು.

ಒಂದು ದಿನ ಸಂಜೆ ಗುಡಿಗಾರ ಕೇರಿಯನ್ನು ಹಾಯ್ದು ಹೋಗುವಾಗ, ರಂಗಪ್ಪನ ಮನೆಯ ಮುಂದೆ ನಿಂತರು. ರಂಗಪ್ಪನು ಜಗುಲಿಯ ಮೇಲೆ ಕುಳಿತಿದ್ದನು. ರಾಯರು ಹಳೆಯ ನೆನಪಿನಿಂದ, 'ಇದಲ್ಲವೆ ಗುಡಿಗಾರ ಚಂದುವಿನ ಮನೆ?' ಎಂದು ಕೇಳಿದರು. ಅದು ರಂಗಪ್ಪನ ಕಿವಿಗೂ ಮುಟ್ಟಿತು. ಆತನು ಆನಂದದಿಂದ ಉಬ್ಬಿ ಓಡಿ ಬಂದು, 'ಬುದ್ದಿ, ಅಹುದು' ಎಂದನು.

'ನಿನ್ನ ಅಜ್ಜ ಭಾರಿ ಗುಡಿಗಾರನಂತೆ; ದೇವಸ್ಥಾನದ ಪಲ್ಲಕ್ಕಿ ಅವನಲ್ಲವೆ ಕೆತ್ತಿದ್ದೂ?'

'ಹೌದು ದೇವರು. ಅವನ ಕಾಲ ಕಳೆಯಿತು. ಆ ಕೈ ಈಗೆಲ್ಲಿ ಬಂದೀತು. ಆದರೂ ಬಡವನ ಮನೆಗೆ ಬಂದರೆ ಒಂದೆರಡು ಗೊಂಬೆ ನೋಡಬಹುದು. ನಮ್ಮ ಅಜ್ಜ ಕೆತ್ತಿದ ಒಂದು ಕತ್ತಿಯೂ ಇದೆ.'

ಸುಬ್ರಾಯರು ಆಗಲಿ ಎಂದು ಮನೆಯನ್ನು ಹೊಕ್ಕರು. ರಂಗಪ್ಪನು ಬಣ್ಣದ ಮಣೆಯನ್ನು ತಂದಿರಿಸಿ, 'ದೇವರು, ಕುಳಿತುಕೊಳ್ಳುತ್ತೀರಾ' ಎಂದು ಉಪಚರಿಸಲಾಗಿ, ರಾಯರು ಕುಳಿತರು. ಬಳಿಕ ರಂಗಪ್ಪ, ಬೇಡವೆಂದರೂ ಕೇಳದೆ, ಒಂದು ಎಳನೀರನ್ನು ತಂದು ಚೂರಿ ಸಹಿತವಾಗಿ ರಾಯರ ಮುಂದಿರಿಸಿದನು. ರಾಯರು ಎಳನೀರನ್ನು ಸೇವಿಸಿಯಾಗಲು, ನಾಲ್ಕು ಗೊಂಬೆಗಳನ್ನು ಅವರ ಮುಂದಿರಿಸಿದನು. ಆ ಬಳಿಕ ಒಂದು ಚೂರಿ– ಕತ್ತಿಯ ಹಿಡಿಯನ್ನು ತೋರಿಸಿ, 'ಇದು ನಮ್ಮಜ್ಜನ ಕೆಲಸ. ಅದರ ಯೋಗ್ಯತೆಗೆ ಸರಿಯಾದ ಒಂದು ಕತ್ತಿ ತಯಾರಿಸುವವರಿಲ್ಲದೆ, ಬರಿ ಹಿಡಿ ಉಳಿದುಕೊಂಡಿದೆ' ಎಂದನು.

ಆನಂತರ ಅಳುಕಿ, ತಾನು ಕೆತ್ತಿದ ಕೃಷ್ಣನ ಗೊಂಬೆಯನ್ನು ಅವರ ಕೈ ಮೇಲಿರಿಸಿ, 'ಇದೇನೋ ಅಜ್ಜನ ಕಸುಬು ಉಳಿಯಲಿ ಎಂದು ಒಂದನ್ನು ತಯಾರಿಸಿದ್ದೇನೆ. ತಮ್ಮಂಥವರಿಗೆ ತೋರಿಸುವುದೂ ಒಂದು ಅದೃಷ್ಟವಲ್ಲವೆ' ಎಂದನು. ರಾಯರು ಆ ಗೊಂಬೆಯನ್ನು ಹಿಡಿದು ತಿರುವಿ ಹಿಂದು, ಮುಂದು ನೋಡಿ, 'ಪರವಾ ಇಲ್ಲ. ಇಷ್ಟು ಕೆತ್ತಲಿಕ್ಕೆ ಬಂದರೆ; ಯೋಗ್ಯತೆ ಬೇಕು' ಎಂದರು.

ರಂಗಪ್ಪನಿಗೆ ದೊಡ್ಡವರ ಬಾಯಿಂದ ಇನ್ನೇನು ಶಿಫಾರಸು ಬೇಕು?

ರಾಯರು ಹೊರಟು ಎದ್ದು ನಿಂತರು. ಆಗ ಅವರ ಜತೆಗಾರರು ರಂಗಪ್ಪನನ್ನು ಕರೆದು, 'ರಂಗಪ್ಪ, ಆ ಗೊಂಬೆ ರಾಯರ ಮನಸ್ಸಿಗೆ ಬಂದಿತು. ಅವರಿಗೇ ಒಪ್ಪಿಸು. ಅವರಂಥವರು ನಿನ್ನ ಮನೆಗೆ ಬರುವುದೇ ದೊಡ್ಡದು. ಒಳ್ಳೆಯ ವಸ್ತು ಒಳ್ಳೆಯ ಸ್ಥಳವನ್ನು ಸೇರಲಿ' ಎಂದರು.

ಏನು ಗಳಿಗೆ ಒದಗಿತೋ. ರಂಗಪ್ಪನು ಎರಡೂ ಕೈ ಜೋಡಿಸಿ ಆ ಗೊಂಬೆಯನ್ನೆತ್ತಿ ಸುಬ್ರಾಯರಿಗೊಪ್ಪಿಸಿದನು. ಅವರು ತೃಪ್ತರಾಗಿ, 'ಏನು ಕೊಡಲಿ ರಂಗಪ್ಪ' ಎಂದರು.

'ಕ್ರಯಕ್ಕಲ್ಲ ಬುದ್ಧಿ' ಎಂದನು ರಂಗಪ್ಪ.

ಒಂದು ವಾರ ಸರಿಯಿತು. ಸುಬ್ರಾಯರು ಮಂಗಳೂರನ್ನು ಸೇರಿದರು.

ಒಂದು ದಿವಸ ನಾಗತ್ತೆ ನಿತ್ಯದ ಹೊತ್ತಿಗಿಂತ ಮುಂಚಿತವಾಗಿ ರಂಗಪ್ಪನಲ್ಲಿಗೆ ಓಡಿ ಬಂದಳು. ಅವಳ ಕಣ್ಣಲ್ಲಿ ಧಾರೆ, ಧಾರೆ ನೀರು

ಸುರಿಯುತ್ತಿತ್ತು. ಬಂದವಳೇ, 'ರಂಗಪ್ಪಾ' ಎಂದು ಕೂಗಿದಳು.

ರಂಗಪ್ಪನು ಚಕಿತನಾದ. 'ಅಮ್ಮ ಏನಾಯಿತು?' ಎಂದು ಗಾಬರಿಯಿಂದ ಪ್ರಶ್ನಿಸಿದನು. ಮನೆಯಲ್ಲಿ ಏನು ಜಡಜಾಪತ್ತು ಬಂದರೂ ರಂಗಪ್ಪನ ಕಿವಿಗೆ ಸುದ್ದಿ ಮುಟ್ಟಿಸುವ ಶೀಲ ನಾಗತ್ತೆಯದು. ಹಾಗೇನೋ ಆಪತ್ತೋ, ಕಾಯಿಲೆಯೊ ನಾಗತ್ತೆಯವರ ಮನೆಯವರಿಗೆ ಬಂದಿರಬೇಕೆಂದು ಊಹಿಸಿ, 'ಅಮ್ಮ, ಏನು ಮೊಮ್ಮಗನಿಗೆ ಮೈ ಸ್ವಸ್ಥವಿಲ್ಲವೇ' ಎಂದು ಕೇಳಿದನು.

'ಕೈ ಮುರಿದಿದೆ' ಎಂದಳು ನಾಗತ್ತೆ.

ಉಸಿರಿಗೂ ವ್ಯವಧಾನವಿಲ್ಲದಂತೆ ರಂಗಪ್ಪನು ನಾಗತ್ತೆಯನ್ನು ಹಿಂಬಾಲಿಸಿದನು. ನಾಗತ್ತೆಗೆ ಬಾಯಿ ಬಾರದು. ಇಬ್ಬರೂ ಅವಸರ, ಅವಸರವಾಗಿ ಓಡಿದರು. ಆಕೆ ತನ್ನ ಮನೆಗೆ ಹೋಗುವ ಬದಲು ಸುಬ್ರಾಯರ ಕುಟುಂಬದ ಮನೆಗೆ ಓಡಿದಳು. ರಂಗಪ್ಪ ಆಗ, 'ಇಲ್ಲೇಕೆ ಬಂದಿರಿ. ಮಗು ಇಲ್ಲಿದೆಯೇ?' ಎಂದು ಕೇಳಿದನು.

ಮನೆಯ ಅಂಗಣದಲ್ಲಿ ಒಂದು ಚಿಕ್ಕ ಕೂಸು ಆಡುತ್ತಿತ್ತು. ಅದು ಸುಬ್ರಾಯರ ಕುಟುಂಬದವರದ್ದು. ಆ ಒಂದು ಕೂಸಲ್ಲದೆ ಅಲ್ಲಿ ಬೇರಾರೂ ಇದ್ದಿರಲಿಲ್ಲ.

ನಾಗತ್ತೆಯು ರಂಗಪ್ಪನ ತೋಳನ್ನು ಹಿಡಿದೆಳೆದು ಆ ಕೂಸಿನ ತನಕ ಒಯ್ದು, 'ನೋಡು, ಮಗುವಿನ ಕೈ ಮುರಿದುದು' ಎಂದು ಅವನ ಕೈಯನ್ನು ಬಿಟ್ಟು ಮಗುವಿನ ತೋಳನ್ನು ಬಲವಾಗಿ ಹಿಡಿದಳು.

ಮಗುವು ಭೀತಿಯಿಂದ ಚೀರಿತು. ಮನೆಯೊಳಗಿನವರು ಓಡಿ ಹೊರಕ್ಕೆ ಬಂದರು.

'ಏನು' ಎಂದು ಭೀತಿಯಿಂದ ಅವರ ಬಳಿಗೆ ಹೋದ ಮಗುವನ್ನು ವಿಚಾರಿಸುವಷ್ಟರಲ್ಲಿ ನಾಗತ್ತೆಯು ಅಂಗಣದಲ್ಲಿ ಧೊಪ್ಪನೆ ಕುಳಿತಳು.

ಮಗುವಿನ ಕೈಯಿಂದ ತಪ್ಪಿಬಿದ್ದ ಒಂದು ಗೊಂಬೆಯನ್ನು ನೆಲದಿಂದ ಹಿಡಿದು ಎತ್ತಿದಳು. ಅದರ ಸೊಂಟಕ್ಕೆ ಒಂದು ಹಗ್ಗ ಬಿಗಿದಿತ್ತು. ಅದೇ ಗೊಂಬೆಯನ್ನು ಹಿಡಿದು ಮಗು ಅಂಗಣದಲ್ಲಿ ಅತ್ತಿತ್ತ ಎಳೆಯುತ್ತ, ಆಡುತ್ತಿದ್ದಿರಬೇಕು.

ರಂಗಪ್ಪನ ದೃಷ್ಟಿಯು ಅಲ್ಲಿ ನೆಟ್ಟಿತು. ಅವನ ಎದೆ ಹಾರಿತು.

ಗೊಂಬೆಯ ಕೈ ಮುರಿದಿತ್ತು.

ಅವನು ದಿನ ದಿನಗಳ ತನಕ ತಪಿಸಿ ಪೂರ್ಣ ಮಾಡಿದ್ದ ಕೊಳಲ ಕೃಷ್ಣನ ಕೈ ಮುರಿದು ಬರಿಯ ಮೊಂಡ ಗೊಂಬೆಯ ಚೂರು ಅಲ್ಲಿತ್ತು.

ಈ ಇಬ್ಬರೂ ದಿಗ್ಭ್ರಾಂತರನ್ನು ಮನೆಯವರು ಕಂಡರು.

ಸಿಟ್ಟಿಂದಲೋ, ತಿರಸ್ಕಾರದಿಂದಲೋ, ಅಪಹಾಸ್ಯದಿಂದಲೋ ಇವರನ್ನು ಬಿರುಗಣ್ಣಿಂದ ನೋಡಿ ನಿಂತರು.

ಓಹೋ! ಹಣ್ಣುಗಳೂ!

– ಕೆ. ತಿರುಮಲಮ್ಮ

ಕನಕನಪುರ. ಅಲ್ಲಿ ಒಂದು ದೊಡ್ಡ ಕಾಡು. ಆ ಕಾಡಿನಲ್ಲಿ ಉದ್ದನೆಯ ಮರಗಳು. ಉದ್ದ ಉದ್ದ ಉದ್ದ ಉದ್ದನೆಯ ಮರಗಳು ನಿಂತಿದ್ದವು. ನಿಂತು ನಿಂತು ನಿಂತೇ ಇದ್ದವು. ಅವುಗಳ ಎಲೆಗಳೆಲ್ಲಾ ಅಲ್ಲಾಡಿ ಅಲ್ಲಾಡಿ ತೂಗುತ್ತಿದ್ದವು. ಅಲ್ಲಿಗೆ ಬಂದವರನ್ನೆಲ್ಲಾ, 'ಬಾ, ಇಲ್ಲಿ ಬಾ, ನನ್ನ ಬಳಿ ಬಾ, ನೆರಳಿನಲ್ಲಿ ಕೂತುಕೋ ಬಾ, ಮೇಲೆ ನೋಡಿ ನನ್ನ ಹಣ್ಣು ತಿನ್ನು ಬಾ' ಎಂದು ಕರೆಯುತ್ತಿದ್ದವು.

ಒಂದು ದಿನ ಒಂದು ಮೊಲ ಅಲ್ಲಿಗೆ ಬಂತು. ಅದು ತೆಳ್ಳಗೆ ಬೆಳ್ಳಗೆ ಕುಳ್ಳಗಿತ್ತು. ಅದು ಬಹಳ ಹಸಿದಿತ್ತು. ಮೆಲ್ಲಮೆಲ್ಲಗೆ ಮೇಲೆ ನೋಡಿತು. ಮರಗಳ ತುಂಬಾ ಎಲೆ, ಮರಗಳ ತುಂಬಾ ಹೂ ಗೊಂಚಲು, ಹೂಗಳು ಬಣ್ಣ ಬಣ್ಣವಾಗಿದ್ದವು. ಗಾಳಿಗೆ ಹೂ ಎಲೆಗಳು ಭೊರ್ ಭೊರ್ ಭೊರ್ ಎಂದು ಶಬ್ದ ಮಾಡುತ್ತಿದ್ದವು. ಮೊಲ ಮೇಲೆ ನೋಡಿತು. ಗಾಳಿಗೆ ಅಲ್ಲಾಡಿದಾಗ ಕಾಯಿಗಳನ್ನು ನೋಡಿತು. ಓಹೋ ಹಣ್ಣುಗಳು ಇವೆಯೋ ಏನೋ ಎಂದು ಇಣಿಕಿ ಇಣಿಕಿ ನೋಡಿತು. ಅವುಗಳಲ್ಲಿ ಒಂದು ಹಣ್ಣಾಗುತ್ತಾ ಬಂದಿತ್ತು. 'ಅದು ಕೆಳಗೆ ಬಿದ್ದರೆ ಎಷ್ಟು ಚೆನ್ನಾಗಿರುತ್ತದೆ' ಎಂದು ಮತ್ತೆ ಮೇಲೆ ನೋಡಿತು. ಮೇಲೆ ತಲೆಯೆತ್ತಿ ನೋಡಿತು. ನೋಡುತ್ತಲೆ ಇತ್ತು. ಹಣ್ಣು ಕೆಳಗೆ ಬೀಳಲೇ ಇಲ್ಲ.

ಮೊಲ ಹಾಗೇ ಹಣ್ಣನ್ನು ನೋಡುತ್ತಾ ಕುಳಿತುಕೊಂಡಿತು. ಕುಳಿತುಕೊಂಡೇ ಇತ್ತು. ಅಲ್ಲಾಡದೇ ಮೇಲೆ ನೋಡುತ್ತಾ ಇತ್ತು. ಅದಕ್ಕೆ ನಿದ್ದೆ ಬರುವ ಹಾಗಾಯಿತು. ನಿದ್ದೆ ಬಂದೇ ಬಿಟ್ಟಿತು. ಏಳಲೇ

ಓಹೋ! ಹಣ್ಣುಗಳೂ! 25

ಇಲ್ಲ. ಕುಳಿತುಕೊಂಡೇ ನಿದ್ದೆ ಮಾಡಿತು. ರಾತ್ರಿಯಾಯಿತು. ಬೆಳಗಾಯಿತು. ರಾತ್ರಿಯಾಯಿತು, ಬೆಳಗಾಯಿತು. ರಾತ್ರಿ ಬೆಳಗು ಆಗುತ್ತಲೇ ಇತ್ತು. ಹಣ್ಣು ಚೆನ್ನಾಗಿ ಮಾಗಿತ್ತು. ಒಂದು ದಿನ ಬೆಳಗ್ಗೆ ಹಣ್ಣು ಮಾಗಿ ಮೊಲದ ತಲೆಯ ಮೇಲೆ ದೊಪ್ ಎಂದು ಬಿತ್ತು. ದೊಪ್ ಎಂದು ಅದರ ಮೂಗಿನ ಮೇಲೆ ಬಿತ್ತು. ದೊಪ್, ದೊಪ್, ದೊಪ್ ಎಂದು ಅದರ ಬೆನ್ನ ಮೇಲೆ ಬಿತ್ತು.

ಮೊಲಕ್ಕೆ ಬಹಳ ನೋವಾಯಿತು. ತಲೆ ನೋಯಿತು. ಹಾ! ಬೆನ್ನು ನೋಯಿತು. 'ಹಾ' ಎಂದು ಕೂಗುತ್ತಾ ಎಚ್ಚರಗೊಂಡಿತು. ಸುತ್ತಮುತ್ತ ನೋಡಿತು. ಅಗಲವಾಗಿ ಕಣ್ಣು ಬಿಟ್ಟು ನೋಡಿತು. ಕಣ್ಣು ಬಿಟ್ಟು ದಿಟ್ಟಿಸಿ ನೋಡಿತು. ಹಣ್ಣುಗಳೆಲ್ಲಾ ನೆಲದ ಮೇಲೆ ಬಿದ್ದಿದ್ದವು. ಹಳದಿಯಾಗಿ ಹಣ್ಣುಗಳು ಬಿದ್ದಿದ್ದವು. ಓಹೋ! ಓಹೋ ಹಣ್ಣು ಹಣ್ಣು ಹಣ್ಣು ಎಂದು ಕಿರಿಚಿಕೊಂಡಿತು. ಓಹೋ! ಹಣ್ಣು ಎಂದು ಗಟ್ಟಿಯಾಗಿ ಕಿರಿಚಿಕೊಂಡಿತು. ಓಹೋ ಹಣ್ಣು ಎಂದು ಮತ್ತೂ ಗಟ್ಟಿಯಾಗಿ ಕಿರಿಚಿಕೊಂಡಿತು.

ಮೊಲ ಕಿರಿಚಿದುದನ್ನು ಕೇಳಿ ಮರದ ಮೇಲೆ ಮಲಗಿದ್ದ ಪಕ್ಷಿಗಳಿಗೆ ಎಚ್ಚರವಾಯಿತು. ಪಕ್ಷಿಗಳಿಗೆಲ್ಲಾ – ಎಚ್ಚರವಾಯಿತು. ಚಿಲಿ ಪಿಲಿ ಚಿಲಿ ಪಿಲಿ ಶಬ್ದ ಮಾಡಿದವು. ಚಿಲಿ ಪಿಲಿ ಚಿಲಿ ಪಿಲಿ ಶಬ್ದ ಮಾಡಿ ಹಾರಿ ಬಂದವು. ಚಿಲಿ ಪಿಲಿ ಚಿಲಿ ಪಿಲಿ ಶಬ್ದ ಮಾಡಿ ಹಾರಿ ಹಾರಿ ಬಂದವು. ಹಾರಿ ಬಂದು ನೋಡಿದವು. ಕಣ್ಣುಕಣ್ಣು ಬಿಟ್ಟು ನೋಡಿದವು. ಓಹೋ! ಹಣ್ಣುಗಳೋ! ಹಣ್ಣುಗಳೂ! ಎಂದು ಕಿರುಚಿಕೊಂಡವು.

ಮರಗಳ ಮೇಲೆ ಅಳಿಲುಗಳೂ ಇದ್ದವು. ತಮ್ಮ ಗೂಡುಗಳಲ್ಲಿ ಮಲಗಿದ್ದವು. ಪಕ್ಷಿಗಳ ಚಿಲಿ ಪಿಲಿ ಶಬ್ದವನ್ನು ಕೇಳಿ ಎಚ್ಚರಗೊಂಡವು. ಎಚ್ಚರಗೊಂಡು ಕೀವ್ ಕೀವ್ ಕೀವ್ ಎಂದು ಕಿರುಚಿಕೊಂಡವು. ಕೀವ್ ಕೀವ್ ಕೀವ್ ಎಂದು ಕಿರಿಚಿಕೊಂಡು ಕೆಳಗೆ ಇಳಿದು ಬಂದವು. ಇಳಿದು ಬಂದು ನೋಡಿದವು. ಓಹೋ! ಓಹೋ! ಹಣ್ಣುಗಳೂ! ಹಣ್ಣುಗಳೂ!, ಎಂದು ಕಿರಿಚಿಕೊಂಡವು.

ಅದನ್ನು ಕೇಳಿ ಮರಗಳ ಮೇಲೆ ಇದ್ದ ಮಂಗಗಳೂ ಎಚ್ಚರ ಗೊಂಡವು. ಎಚ್ಚರಗೊಂಡು ಕೂವ್ ಕೂವ್ ಕೋವ್ ಕೋವ್ ಎಂದು

ಕೂಗಿಕೊಂಡವು. ಕೂಗಿಕೊಂಡು ಕೆಳಗೆ ಇಳಿದುಬಂದವು. ಬಂದು ಹಣ್ಣುಗಳನ್ನು ನೋಡಿದವು. ನೋಡಿ 'ಓಹೋ! ಹಣ್ಣುಗಳು, ಹಣ್ಣುಗಳೂ! ಬನ್ನಿ! ಎಲ್ಲರೂ ಬನ್ನಿ, ನಾವೆಲ್ಲಾ ಸೇರಿ ಹಣ್ಣನ್ನು ತಿನ್ನೋಣ' ಎಂದು ಕಿರಿಚಿಕೊಂಡವು.

ಮರದ ಕೆಳಗೆ ಪಕ್ಷಿಗಳು, ಅಳಿಲುಗಳು, ಮಂಗಗಳು ಮತ್ತು ಮೊಲ ಬಿಟ್ಟ ಕಣ್ಣು ಮುಚ್ಚದೇ ನೋಡಿದವು. ಸ್ವಲ್ಪ ಹೊತ್ತು ಕಳೆಯಿತು. ಎಲ್ಲವೂ ಸೇರಿ ಹಣ್ಣುಗಳನ್ನು ಆರಿಸಿದವು, 'ಈ ಹಣ್ಣು ನೋಡು ಎಷ್ಟು ಚೆನ್ನಾಗಿದೆ' ಎಂದು ಒಂದು ಮಂಗ ಹೇಳಿತು. 'ಈ ಹಣ್ಣು ನೋಡು ಎಷ್ಟು ಬಣ್ಣವಾಗಿದೆ' ಎಂದು ಅಳಿಲು ಹೇಳಿತು. 'ಈ ಹಣ್ಣು ನೋಡು ಎಷ್ಟು ಮಾಗಿದೆ' ಎಂದು ಮೊಲ ಹೇಳಿತು. ಒಂದು ಪುಟ್ಟ ಹಕ್ಕಿ ಕೊಕ್ಕಿನಿಂದ ಒಂದು ಹಣ್ಣನ್ನು ಕಚ್ಚಿ 'ಈ ಹಣ್ಣು ನೋಡು ಎಷ್ಟು ರುಚಿಯಾಗಿದೆ' ಎಂದು ಹೇಳಿತು.

ಅಲ್ಲಿ ನೆರೆದಿದ್ದ ಪಕ್ಷಿಗಳು, ಮೊಲ, ಅಳಿಲುಗಳು ಮತ್ತು ಮಂಗಗಳು ಗುಂಡಾಗಿ ನಿಂತವು. ವೃತ್ತಾಕಾರದಲ್ಲಿ ಎಲ್ಲವೂ ಕುಳಿತುಕೊಂಡವು. ಪಕ್ಷಿಗಳು ಒಂದೊಂದು ಹಣ್ಣನ್ನು ಕೊಕ್ಕಿನಲ್ಲಿ ಕಚ್ಚಿಕೊಂಡಿದ್ದವು. ಮೊಲ, ಅಳಿಲುಗಳು ಮತ್ತು ಮಂಗಗಳು ಕೈಯಲ್ಲಿ ಒಂದೊಂದು ಹಣ್ಣುಗಳನ್ನು ಇಟ್ಟುಕೊಂಡಿದ್ದವು. ಅಂದು ಅವುಗಳಿಗೆ ಭಾರಿ ಊಟವೇ ಆಯಿತು.

ಆ ಔತಣಕ್ಕೆ ನೀನೂ ಹೋಗಿದ್ದೆಯಾ ಪುಟ್ಟ?

ಬೆಕ್ಕಿನ ಕೊರಳಿಗೆ ಗಂಟೆ

— ಕಂಚ್ಯಾಣಿ ಶರಣಪ್ಪ

ಅದೊಂದು ದೊಡ್ಡ ಮಹಡಿ ಮನೆ.

ಅಲ್ಲಿ ಇಲಿಗಳ ಕಾಟ ಬಹಳವಾಗಿತ್ತು. ಎಲ್ಲೆಂದರಲ್ಲಿ ತಿರುಗುತ್ತಿರುವ ಇಲಿಗಳು ಕಾಳು–ಕಡಿ, ದವಸ–ಧಾನ್ಯ ಎಲ್ಲವನ್ನು ಕಚ್ಚಿಹಾಕುತ್ತಿದ್ದವು. ಬೆಲೆಯುಳ್ಳ ಬಟ್ಟೆ–ಬರೆ, ಪಟ್ಟೆ ಪೀತಾಂಬರಗಳನ್ನು ಕಡಿಕಡಿದು ಚಿಂದಿ ಮಾಡಿಬಿಡುತ್ತಿದ್ದವು. ಮನೆಮಂದಿಗೆಲ್ಲ ಇಲಿಗಳ ಉಪಟಳದಿಂದ ತುಂಬಾ ಬೇಸರವಾಯಿತು.

ಅವುಗಳನ್ನು ನಾಶ ಮಾಡುವುದಕ್ಕಾಗಿ ಇಲಿ ಬಲೆಯನ್ನು ತಂದಿರಿಸಿದರು. ಒಂದೂ ಇಲಿ ಬಲೆಯ ಸಮೀಪಕ್ಕೆ ಸುಳಿಯಲಿಲ್ಲ. ಅವುಗಳನ್ನು ಕೊಲ್ಲುವುದಕ್ಕಾಗಿ ಜಂತುನಾಶಕ ಇಲಿಗುಳಿಗೆಗಳನ್ನು ತಂದಿಟ್ಟರು. ಅವುಗಳನ್ನು ಧೂರ್ತ ಇಲಿಗಳು ಮೂಸಿ ಕೂಡಾ ನೋಡಲಿಲ್ಲ.

ಆದರೆ ಇಲಿಗಳ ಉಪಟಳ ಮಾತ್ರ ತಪ್ಪಲಿಲ್ಲ. ಅದಕ್ಕಾಗಿ ಒಂದು ಬೆಕ್ಕನ್ನು ತಂದು ಸಾಕಿದರು.

ಕಪ್ಪು ಬಣ್ಣದ ಬೆಕ್ಕಿನ ಮರಿ ನೋಡಲು ಬಲು ಮುದ್ದಾಗಿತ್ತು. ಮನೆ ಮಂದಿಯೆಲ್ಲ ಅದನ್ನು ಪ್ರೀತಿಯಿಂದ ಮುದ್ದಿಸುತ್ತಿದ್ದರು. ಹೊಟ್ಟೆ ತುಂಬಾ ಹಾಲು ಕುಡಿಸುತ್ತಿದ್ದರು. ಬಗೆ ಬಗೆಯ ತಿಂಡಿ ತಿನಿಸು ಹಾಕುತ್ತಿದ್ದರು.

ಬೆಣ್ಣೆ ತಿಂದ ಬಾವುಗ ಬಲು ಬೇಗ ಬೆಳೆದುಬಿಟ್ಟಿತು. ಆಗಲೇ ಅದು ಇಲಿಗಳ ಬೇಟೆಗೆ ತೊಡಗಿತು. ಅದಕ್ಕೆ ಇಲಿಗಳ ಮಾಂಸದ ರುಚಿ ಹತ್ತಿಬಿಟ್ಟಿತ್ತು. ಬಾವುಗ ಬೆಕ್ಕು ಸದ್ದು ಮಾಡದೇ ಬರುತ್ತಿತ್ತು.

ಬೆಕ್ಕಿನ ಕೊರಳಿಗೆ ಗಂಟೆ   29

ಸಂದಿ ಗೊಂದಿಯಲ್ಲಿ ಜಪ್ಪಿಸಿ ಕೂಡುತ್ತಿತ್ತು. ಇಲಿಗಳು ಸಮೀಪಕ್ಕೆ ಬಂದಾಗ ಗಪ್ಪನೆ ಹಿಡಿದೇ ಬಿಡುತ್ತಿತ್ತು.

ಬೆಕ್ಕಿನ ಬಾಯಿಂದ ಇಲಿಗಳಿಗೆ ತಪ್ಪಿಸಿಕೊಳ್ಳಲು ಆಗುತ್ತಿರಲಿಲ್ಲ. ಹೋರಿನಿಂದ ಹೊರಗೆ ಬರಲು ಭಾರಿ ಭಯವಾಗುತ್ತಿತ್ತು. ಹಸಿವೆಯ ಸಂಕಟದಿಂದ ಇಲಿಗಳು ಒದ್ದಾಡತೊಡಗಿದವು. ಆಗ ಬೆಕ್ಕಿನ ಉಪದ್ರದಿಂದ ಪಾರಾಗಲು ತಕ್ಕ ಉಪಾಯ ಹುಡುಕತೊಡಗಿದವು. ಒಂದು ರಾತ್ರಿ ನೆಲಮನೆಯಲ್ಲಿ ಇಲಿಗಳ ಸಭೆ ಕೂಡಿತು. ಬೆಕ್ಕಿನ ಕಾಟದಿಂದ ಪಾರಾಗಲು ಹಲವಾರು ಹಂಚಿಕೆಗಳನ್ನು ಹಾಕಿದವು. ಬೆಕ್ಕು ಬರುವ ಸುಳಿವು ಸಿಕ್ಕರೆ ಸುಲಭವಾಗಿ ತಪ್ಪಿಸಿಕೊಳ್ಳಬಹುದೆಂದು ಲೆಕ್ಕ ಹಾಕಿದವು.

ಏನಾದರೂ ಮಾಡಿ ಬೆಕ್ಕಿನ ಕೊರಳಿಗೆ ಗಂಟೆ ಕಟ್ಟಲು ನಿರ್ಧರಿಸಿದವು.

ಆ ವಿಚಾರವನ್ನು ಒಪ್ಪದ ಮುದಿ ಇಲಿಯೊಂದು ತಟ್ಟನೆ ಹೇಳಿತು 'ಬೆಕ್ಕಿನ ಕೊರಳಿಗೆ ಗಂಟೆ ಕಟ್ಟುವ ಹಂಚಿಕೆ ನಿನ್ನೆ ಮೊನ್ನೆಯದಲ್ಲ. ಆರು ತಲೆಮಾರಿನವರು ಹೇಳುತ್ತಲೇ ಬಂದಿದ್ದಾರೆ. ಅದು ಕೈಗೂಡದೇ ಹಳೆಯದಾಗಿದೆ. ಹಳಸಿಯೂ ಹೋಗಿದೆ. ಬೆಕ್ಕಿಗೆ ಗಂಟೆ ಕಟ್ಟುವ ಬಂಟರು ಯಾರಾದರೂ ಇದ್ದರೆ ಈಗಲೇ ಮುಂದೆ ಬನ್ನಿರಿ!'

ಆ ಮಾತನ್ನು ಕೇಳಿ ಎಲ್ಲ ಇಲಿಗಳು ಬೆಪ್ಪಾಗಿ ನಿಂತವು.

ಆಗ ತರುಣ ಇಲಿಯೊಂದು ಚಂಗನೆ ನೆಗೆದು ಮುಂದೆ ಬಂದಿತು.

'ಮನಸ್ಸು ಮಾಡಿದರೆ ಅದೇನು ದೊಡ್ಡ ಕೆಲಸ? ನಮ್ಮ ಪುಕ್ಕಲುತನ ದಿಂದ ಈ ಹಂಚಿಕೆ ಹಾಗೇ ಉಳಿದಿದೆ. ಇದು ನಮ್ಮ ಇಲಿಗಳ ಕುಲಕ್ಕೆ ಅಪಮಾನ. ಇದನ್ನು ಸಹಿಸಲಿಕ್ಕಾಗದು. ಈಗಲೇ ಈ ಕಾರ್ಯ ಮಾಡಲು ನಾನು ಸಿದ್ಧ!' ಎಂದು ಎದೆ ಸೆಟೆಸಿ ಹೇಳಿತು.

'ಸುಮ್ಮನೆ ಮಾತಾಡಿದಂತಲ್ಲ! ಅದಕ್ಕಾಗಿ ಜೀವವನ್ನೇ ಕಳೆದುಕೊಳ್ಳ ಬೇಕಾಗುತ್ತದೆ. ಹೇಳು, ನೀನು ಹೇಗೆ ಕಟ್ಟುವೇ?' ಎಂದು ಮುದಿ ಇಲಿ ಮತ್ತೆ ಸವಾಲು ಹಾಕಿತು.

'ಬೆಕ್ಕು ಇದ್ದಲ್ಲಿಗೆ ನಾನೇ ಮುಂದಾಗಿ ಹೋಗುತ್ತೇನೆ. ನೀವು ಗಂಟೆ ಹೊತ್ತು ನನ್ನ ಹಿಂದೆ ಬನ್ನಿರಿ, ನೀವೇನೂ ಮಾಡಬೇಕಾಗಿಲ್ಲ. ನಾನು ಹೇಳಿದಂತೆ ನೀವೆಲ್ಲ ಜೋರಾಗಿ ಕೂಗಬೇಕು. ಅಷ್ಟು ಮಾಡಿದರೆ

ಸಾಕು, ಮುಂದಿನದನ್ನು ನಾನು ಮಾಡುತ್ತೇನೆ. ಯಾರೂ ಹೆದರ ಬೇಕಾಗಿಲ್ಲ. ಎಲ್ಲದಕ್ಕೂ ನಾನಿದ್ದೇನೆ ಬನ್ನಿರಿ!!' ಎಂದಿತು.

ಆಗ ಎಲ್ಲ ಇಲಿಗಳು ತರುಣ ಇಲಿಯ ಮಾತನ್ನು ನಂಬಿ ಧೈರ್ಯ ತಂದುಕೊಂಡವು. ದನದ ಕೊಟ್ಟಿಗೆಗೆ ಓಡಿದವು. ಎತ್ತಿನ ಕೊರಳ ಗಂಟೆಯನ್ನೆ ಬಿಚ್ಚಿ ತಂದವು. ತರುಣ ಇಲಿಯನ್ನು ಮುಂದಿಟ್ಟುಕೊಂಡು ಬೆಕ್ಕು ಇದ್ದಲ್ಲಿಗೆ ನಡೆದವು. ಬೆಕ್ಕು ಒಂದು ಕೋಣೆಯ ಮಂಚದ ಮೇಲೆ ಸೊಂಪಾಗಿ ನಿದ್ದೆ ಹೊಡೆಯುತ್ತಿತ್ತು.

ಬಾಗಿಲಲ್ಲಿ ಇಣುಕಿ ನೋಡಿದ ತರುಣ ಇಲಿ ಇದೇ ತಕ್ಕ ಸಮಯವೆಂದು ತಟ್ಟನೆ ಕೂಗಿತು.

'ಕೋಣೆಯ ಕೊತ್ವಾಲರಿಗೆ,

ಮಾರ್ಜಾಲ ಮಹಾರಾಜರಿಗೆ

ಬಹುದ್ದೂರ ಬೆಕ್ಕಪ್ಪನಿಗೆ,

ಬಾವುಗ ಮಹಾರಾಜರಿಗೆ'

ಹಿಂದಿನ ಇಲಿಗಳೆಲ್ಲ 'ಜಯವಾಗಲಿ! ಜಯವಾಗಲಿ!!' ಎಂದು ಒಕ್ಕೊರಲಿನಿಂದ ಕೂಗಿದವು.

ಸದ್ದು ಕೇಳಿ ಗಾಢ ನಿದ್ದೆಯಲ್ಲಿದ್ದ ಬೆಕ್ಕಿಗೆ ಪಕ್ಕನೆ ಎಚ್ಚರವಾಯಿತು.

ಸುಖವಾದ ನಿದ್ದೆ ಕೆಟ್ಟಿದ್ದಕ್ಕೆ ಸಿಟ್ಟು ಬಂದಿತು.

ಆದರೆ ತನಗೆ ಹಾಕಿದ ಜಯ-ಜಯಕಾರ ಕೇಳಿ ಆಶ್ಚರ್ಯ ವಾಯಿತು. ಅದಕ್ಕೆ ಪರಮಾನಂದವಾಗದಿರಲಿಲ್ಲ.

'ಯಾರದು ಕೂಗುವವರು? ಏನದು ಗಲಾಟೆ?' ಎಂದು ಗಂಭೀರವಾಗಿ ಕೇಳಿತು.

ತರುಣ ಇಲಿ ಎಲ್ಲಿಲ್ಲದ ಧೈರ್ಯ ತಂದುಕೊಂಡು, 'ನಾವು ಮಹಾರಾಜರೇ! ಸದಾ ನಿಮ್ಮ ಸೇವಕರಾದ ಇಲಿಗಳು. ನಿಮ್ಮ ಕರುಣೆಯಿಂದ ಜೀವಿಸುವ ಬಡಜೀವಿಗಳು' ಎಂದು ಹೇಳುತ್ತಲೆ, ಬೆಕ್ಕಿಗೆ ಇನ್ನೂ ಸಂತೋಷವಾಯಿತು.

'ಹೇಳಿ ಏನು ಸಮಾಚಾರ?' ಎಂದಿತು.

'ಇಂದು ನಿಮ್ಮ ಜನುಮದಿನ. ನಿಮ್ಮ ಹುಟ್ಟು ಹಬ್ಬಕ್ಕಾಗಿ ತಕ್ಕ ಕಾಣಿಕೆ ತಂದಿದ್ದೇವೆ. ದಯವಿಟ್ಟು ಸ್ವೀಕರಿಸಬೇಕು!' ಎಂದು ತರುಣ ಇಲಿ ನಯವಾಗಿ ಹೇಳಿತು.

ಅದಕ್ಕೆ ಎಲ್ಲ ಇಲಿಗಳು ಧ್ವನಿಗೂಡಿಸಿದವು.

ಬೆಕ್ಕಿಗೆ ಖುಷಿಯೋ ಖುಷಿ.

'ಹೀಗೋ? ಹೆದರಬೇಡಿ. ಏನು ತಂದಿದ್ದೀರಿ ಮುಂದಕ್ಕೆ ಬನ್ನಿರಿ' ಎಂದಿತು.

'ಮಹಾರಾಜ, ತಮ್ಮ ಕೊರಳಿಗೆ ಒಪ್ಪುವ ಈ ಗಂಟೆಯನ್ನು ತಂದಿದ್ದೇವೆ. ತಮ್ಮ ಕೊರಳಿಗೆ ಗಂಟೆ ಕಟ್ಟಿ ನೋಡಿ ಸಂತೋಷಪಡುತ್ತೇವೆ' ಎಂದು ಇಲಿಗಳು ಹೇಳುತ್ತಲೇ ಬೆಕ್ಕು ಬಿಂಕದಿಂದ ಮುಂದೆ ಬಂದಿತು.

'ನಿಮ್ಮ ಪ್ರೀತಿಯ ಕಾಣಿಕೆಯನ್ನು ಸಂತೋಷದಿಂದ ಸ್ವೀಕರಿಸುತ್ತೇನೆ' ಎಂದು ಬಾಗಿ ನಿಂತು ಕೊರಳು ಚಾಚಿತು.

ಕೂಡಲೇ ಯಾವ ಭಯವಿಲ್ಲದೇ ಇಲಿಗಳು ಬೆಕ್ಕಿನ ಕೊರಳಿಗೆ ಗಟ್ಟಿಮುಟ್ಟಾಗಿ ಗಂಟೆ ಕಟ್ಟಿಬಿಟ್ಟವು.

ಬೆಕ್ಕು ಬಡಿವಾರದಿಂದ ಸೆಟೆದು ನಿಂತಿತು.

ತರುಣ ಇಲಿ ದೂರ ಸರಿದು ಬಾಗಿಲಲ್ಲಿ ನಿಂತು ಮತ್ತೆ ಜೋರಾಗಿ ಕಿರುಚಿತು.

'ಮೂರ್ಖ ಮಾರ್ಜಾಲನಿಗೆ, ಬುದ್ಧಿಗೇಡಿ ಬಾವುಗನಿಗೆ' ಎನ್ನುತ್ತಲೇ ಇಲಿಗಳು ಹಿಂಡು 'ಧಿಕ್ಕಾರ! ಧಿಕ್ಕಾರ!' ಎಂದು ಜೋರಾಗಿ ಕೂಗುತ್ತ ಟುಣು ಟುಣು ಜಿಗಿಯುತ್ತ ಓಡಿ ಹೋದವು.

ಅದನ್ನು ಕೇಳುತ್ತಲೇ ಬೆಕ್ಕಿಗೆ ಭಾರಿ ಆಘಾತವಾಯಿತು. ಅದರ ಕೋಪ ನೆತ್ತಿಗೇರಿತು. ಆದ ಅಪಮಾನದಿಂದ ಅದರ ರಕ್ತ ಕುದಿಯ ತೊಡಗಿತು. ಅವುಗಳನ್ನು ಕೊಚ್ಚಿ ಹಾಕಲು ರಭಸದಿಂದ ಓಡಿ ಬಂದಿತು. ಆದರೆ, ಒಂದೂ ಇಲಿ ಅದಕ್ಕೆ ಸಿಕ್ಕಲಿಲ್ಲ.

ಬದ್ಧ ವೈರಿಗಳಾದ ಇಲಿಗಳನ್ನು ಹಿಡಿಯಲು ಬೆಕ್ಕು ದಿನಾಲು ಹೊಂಚು ಹಾಕಿ ಕೂಡುತ್ತಿತ್ತು. ಅದು ಎದ್ದು ಮಿಸುಕಾಡುತ್ತಲೇ 'ಢಣ್... ಢಣ್...' ಎಂದು ಗಂಟೆ ಸದ್ದಾಗುತ್ತಿತ್ತು. ಆಗ ಎಚ್ಚೆತ್ತ ಇಲಿಗಳು ತಪ್ಪಿಸಿ

ಕೊಂಡು ಓಡುತ್ತಿದ್ದವು. ಒಂದು ಇಲಿಯೂ ಬೆಕ್ಕಿನ ಬಾಯಿಗೆ ಸಿಕ್ಕುತ್ತಿರಲಿಲ್ಲ.

ಹೊಟ್ಟೆಗೆ ಕೂಳಿಲ್ಲದೆ ಬೆಕ್ಕಿಗೆ ಸಂಕಟವಾಗತೊಡಗಿತು. ಹಸಿವನ್ನು ತಾಳದೆ ಮನೆಯಲ್ಲಿ ಕದ್ದು ಕದ್ದು ಹಾಲು ಕುಡಿಯುತ್ತಿತ್ತು. ತಿಂಡಿ ತಿನಿಸು ತಿನ್ನುತ್ತಿತ್ತು. ಇದರಿಂದ ಮನೆ ಮಂದಿಗೆ ಬೆಕ್ಕಿನಿಂದ ಕಿರಿಕಿರಿಯಾಗ ತೊಡಗಿತು.

ಇತ್ತ ಇಲಿಗಳ ಕಾಟವೂ ಹೆಚ್ಚಾಯಿತು.

ಇತ್ತ ಬೆಕ್ಕಿನಿಂದ ಏನೂ ಉಪಯೋಗವಿಲ್ಲವೆಂದು 'ಛೀ! ಥೂ!!' ಎಂದು ಮನೆಯಿಂದ ಬೆಕ್ಕನ್ನು ಓಡಿಸಿಯೇ ಬಿಟ್ಟರು.

'ಕೆಟ್ಟ ಮೇಲೆ ಬುದ್ಧಿ ಬಂದಿತು' ಅಂದ ಹಾಗೆ ಈಗ ಬೆಕ್ಕಿಗೆ ತನ್ನ ತಪ್ಪಿನ ಅರಿವಾಯಿತು.

ಇಲಿಗಳ ಬಣ್ಣದ ಮಾತಿಗೆ ಮರುಳಾದೆನಲ್ಲಾ! ಎಂದು ಮಮ್ಮಲ ಮರುಗತೊಡಗಿತು.

ಇಲಿಗಳು ನನ್ನನ್ನು ಹೊಗಳಿ ಹೊಗಳಿ ಹೊನ್ನ ಶೂಲದಲ್ಲಿ ಇಕ್ಕಿದವು! ಈ ಗಂಟೆಯೇ ನನ್ನ ಜೀವಕ್ಕೆ ಮುಳುವಾಯಿತೆಂದು ಗೋಳಾಡತೊಡಗಿತು.

ಪುಟ್ಟ ಬಿಲ್ಲಿ–ಪುಟ್ಟ ತಾಯಿಯಾದಳು

– ಪಳಕಳ ಸೀತಾರಾಮ ಭಟ್ಟ

ಪುಟ್ಟ ಬಿಲ್ಲಿ ತಾಯಿಯನ್ನು ಕರೆದಳು.

'ಅಮ್ಮಾ, ಅಮ್ಮಾ, ನಾನು ಪೇಟೆಗೆ ಹೋಗುತ್ತೇನೆ' ಎಂದಳು.

'ನೀನು ಪೇಟೆಗೆ ಹೋಗುತ್ತೀಯಾ? ಏಕೆ ಮಗೂ?' ಎಂದು ತಾಯಿ ಕೇಳಿದಳು.

'ಅಮ್ಮಾ, ನನಗೆ ಒಂದು ಅಂಗಿ ಬೇಕು. ಆಡಲು ಬೊಂಬೆ ಬೇಕು. ತಿನ್ನಲು ತಿಂಡಿ ತಿನಿಸು ಬೇಕು. ಓದಲು ಪುಸ್ತಕ ಬೇಕು. ನಾನು ಪೇಟೆಗೆ ಹೋಗುತ್ತೇನೆ. ಅವುಗಳನ್ನು ತರುತ್ತೇನೆ, ಆಗದೆ ಅಮ್ಮಾ?' ಎಂದಳು ಪುಟ್ಟ ಬಿಲ್ಲಿ.

'ಆಗಲಿ ಮಗು, ಹಾಗೆಯೇ ಆಗಲಿ. ನೀನು ಪೇಟೆಗೆ ಹೋಗು. ಬೇಕಾದುದನ್ನು ತೆಗೆದುಕೊಂಡು ಬಾ. ಆದರೆ ಈ ಮಾತು ನೆನಪಿರಲಿ. ಹಾದಿಯಲ್ಲಿ ಕಾಲಿಗೆ ಕಲ್ಲು ತಾಗೀತು. ಚಪ್ಪಲಿ ಹಾಕಿಕೊ. ತಲೆಗೆ ಬಿಸಿಲು ತಾಗೀತು, ಕೊಡೆ ಹಿಡಿದುಕೊ. ಸಾಮಾನು ತುಂಬಲು ಚೀಲ ಬೇಕಾದೀತು, ಅದನ್ನೂ ತೆಗೆದುಕೊ. ನಿನಗೆ ದುಡ್ಡು ನಾನು ಕೊಡುತ್ತೇನೆ.

ಮಂಗಮಾಮನ ಅಂಗಡಿಯಲ್ಲಿ ಅಂಗಿಯು, ಚಡ್ಡಿಯು ಸಿಕ್ಕುವುದು.
ಹಂದಿ ಅತ್ತೆಯ ಅಂಗಡಿಯಲ್ಲಿ ತಿಂಡಿಯು, ತಿನಸು ದೊರೆಯುವುದು.
ಬೊಳ್ಳು ಕಕ್ಕನ ಅಂಗಡಿಯಲ್ಲಿ ಒಳ್ಳೆಯ ಪುಸ್ತಕ ಸಿಕ್ಕುವುದು.
ಮೊಲ ಭಾವಯ್ಯನ ಅಂಗಡಿಯಲ್ಲಿ, ಚೆಲುವಿನ ಆಟಿಕೆ ದೊರೆಯುವುದು.'

ಎಂದು ತಾಯಿ ಹೇಳಿದಳು.

'ಆಗಲಿ ಅಮ್ಮಾ, ಹಾಗೆಯೇ ಮಾಡುತ್ತೇನೆ' ಎಂದು ಪುಟ್ಟ ಬಿಲ್ಲಿ ಉತ್ತರ ಕೊಟ್ಟಳು. ಬಳಿಕ ತಾಯಿ ಕೊಟ್ಟ ಹಣವನ್ನು ತೆಗೆದು

ಪುಟ್ಟ ಬಿಲ್ಲಿ–ಪುಟ್ಟ ತಾಯಿಯಾದಳು

ಕೊಂಡಳು. ತನ್ನ ಕೋಣೆಗೆ ಹೋದಳು. ಒಳ್ಳೆಯ ಅಂಗಿಯನ್ನು ಹಾಕಿಕೊಂಡಳು. ಕೈಯಲ್ಲಿ ಚೀಲವನ್ನು ತೆಗೆದುಕೊಂಡಳು. ಕೊಡೆಯನ್ನು ಬಿಡಿಸಿ ಹಿಡಿದುಕೊಂಡಳು. ಚಪ್ಪಲಿ ಮೆಟ್ಟಿಕೊಂಡು, ಪೇಟೆಗೆ ಹೊರಟೇ ಬಿಟ್ಟಳು.

ಪುಟ್ಟ ಬಿಲ್ಲಿ ಪೇಟೆಗೆ ಬಂದಳು. ಪೇಟೆಯಲ್ಲಿ ಅವಳು ಜಾಗ್ರತೆ ಯಿಂದ ಹೆಜ್ಜೆ ಹಾಕಿದಳು. ಎಚ್ಚರಿಕೆಯಿಂದ ರಸ್ತೆ ದಾಟಿದಳು. ಕೊನೆಗೆ ಮಂಗಮಾಮನ ಅಂಗಡಿಗೆ ಬಂದಳು. ಮಂಗಮಾಮನು ಅಂಗಡಿ ಯಲ್ಲೇ ಇದ್ದನು. ಅವನು ಪುಟ್ಟ ಬಿಲ್ಲಿಯನ್ನು ನೋಡಿದನು.

ಒಡನೆ ಸಂತೋಷದಿಂದ,

'ಪುಟ್ಟ ಬಿಲ್ಲಿ, ಪುಟ್ಟ ಬಿಲ್ಲಿ ಏನು ಬಂದೆ?
ಪುಟ್ಟ ಬಿಲ್ಲಿ, ದೊಡ್ಡ ಚೀಲ ಏಕೆ ತಂದೆ?' ಎಂದು ಕೇಳಿದನು.

ಆಗ ಪುಟ್ಟ ಬಿಲ್ಲಿ,

'ಮಂಗಮಾಮ, ನನಗೆ ಒಂದು ಅಂಗಿ ಬೇಕು.
ಬಣ್ಣದಂಗಿ ಹೆಚ್ಚು ಬೇಡ, ಒಂದೆ ಸಾಕು' ಎಂದು ಹೇಳಿದಳು.

ಮಂಗಮಾಮ ಪುಟ್ಟ ಬಿಲ್ಲಿಯ ಮಾತು ಕೇಳಿದನು. ಆಕೆಯನ್ನು ಒಳಗೆ ಕರೆದುಕೊಂಡು ಹೋದನು. ಆಕೆಗೆ ಅಂಗಿಗಳನ್ನು ತೋರಿಸಿದನು.

ಮತ್ತೆ ಹೇಳಿದನು,

'ಕೆಂಪಿನ, ಕಪ್ಪಿನ ಹಳದಿಯ ಅಂಗಿ,ನೀಲಿಯ, ಪಚ್ಚೆಯ ಬಣ್ಣದ ಅಂಗಿ. ಎಲ್ಲವು ಇಲ್ಲಿವೆ ನೋಡಮ್ಮಾ, ಯಾವುದು ಬೇಕೋ ಹೇಳಮ್ಮಾ'.

ಪುಟ್ಟ ಬಿಲ್ಲಿ ಅಂಗಿಗಳನ್ನು ನೋಡಿದಳು. ಬಣ್ಣ ಬಣ್ಣದ ಅಂಗಿಗಳು ಅಲ್ಲಿದ್ದವು. ಅವುಗಳಲ್ಲಿ ಒಂದು ಅಂಗಿ ಚೆಂದವಾಗಿತ್ತು; ಬಹಳ ಚೆಂದ ವಾಗಿತ್ತು. ಪುಟ್ಟ ಬಿಲ್ಲಿ ಅದನ್ನು ತೆಗೆದುಕೊಂಡಳು. ಮಂಗಮಾಮನಿಗೆ ಹಣವನ್ನು ಕೊಟ್ಟಳು. ಅಂಗಿಯನ್ನು ಚೀಲದಲ್ಲಿ ತುಂಬಿಕೊಂಡಳು.

'ಬರುತ್ತೇನೆ ಮಂಗಮಾಮ, ನಮಸ್ಕಾರ' ಎನ್ನುತ್ತ ಅಲ್ಲಿಂದ ಹೊರಟಳು.

ಪುಟ್ಟ ಬಿಲ್ಲಿ ಬೇಗ ಬೇಗ ನಡೆದಳು. ಹಂದಿ ಅತ್ತೆಯ ಅಂಗಡಿಗೆ ಬಂದಳು. ಹಂದಿ ಅತ್ತೆ ಅಂಗಡಿಯಲ್ಲೇ ಇದ್ದಳು. ಆಕೆ ಪುಟ್ಟ ಬಿಲ್ಲಿಯನ್ನು ಕಂಡಳು.

ಒಡನೆ ಸಂತೋಷದಿಂದ,

'ಪುಟ್ಟ ಬಿಲ್ಲಿ, ಪುಟ್ಟ ಬಿಲ್ಲಿ ಏನು ಬಂದೆ?

ಪುಟ್ಟ ಬಿಲ್ಲಿ, 'ದೊಡ್ಡ ಚೀಲ ಏಕೆ ತಂದೆ?' ಎಂದು ಕೇಳಿದಳು.

ಆಗ ಪುಟ್ಟ ಬಿಲ್ಲಿ,

'ಹಂದಿ ಅತ್ತೆ, ಬಂದೆ ನಾನು ತಿಂಡಿಗಾಗಿ.

ರುಚಿಯ ತಿನಿಸ ತೋರಿಸಮ್ಮ, ಒಳಗೆ ಹೋಗಿ' ಎಂದು ಹೇಳಿದಳು.

ಹಂದಿ ಅತ್ತೆ ಪುಟ್ಟ ಬಿಲ್ಲಿಯ ಮಾತು ಕೇಳಿದಳು. ಆಕೆಯನ್ನು ಒಳಗೆ ಕರೆದುಕೊಂಡು ಹೋದಳು. ಆಕೆಗೆ ತಿಂಡಿ ತಿನಿಸುಗಳನ್ನು ತೋರಿಸಿದಳು.

ಮತ್ತೆ ಹೇಳಿದಳು,

'ಲಡ್ಡೂ ಬ್ರೆಡ್ಡೂ ಪೆಪ್ಪರಮೆಂಟು, ಹಣ್ಣೂ ಹಂಪಲು ರಾಶಿಯೆ ಉಂಟು.

ಯಾವುದು ಬೇಕೋ ಹೇಳಮ್ಮಾ, ಎಲ್ಲವು ಇಲ್ಲಿವೆ ನೋಡಮ್ಮಾ'.

ಪುಟ್ಟ ಬಿಲ್ಲಿ ತಿನಿಸುಗಳನ್ನು ನೋಡಿದಳು. ಹಲವು ಬಗೆಯ ತಿನಿಸುಗಳು ಅಲ್ಲಿದ್ದವು. ಅವುಗಳಲ್ಲಿ ಪೆಪ್ಪರಮೆಂಟು ಬಹಳ ರುಚಿಯಾಗಿತ್ತು. ಪುಟ್ಟ ಬಿಲ್ಲಿ ಅದನ್ನೇ ಕೊಂಡುಕೊಂಡಳು. ಹಂದಿ ಅತ್ತೆಗೆ ಹಣವನ್ನು ಕೊಟ್ಟಳು. ಪೆಪ್ಪರಮೆಂಟನ್ನು ಚೀಲದಲ್ಲಿ ತುಂಬಿಕೊಂಡಳು.

'ಬರುತ್ತೇನೆ ಹಂದಿ ಅತ್ತೇ, ನಮಸ್ಕಾರ' ಎನ್ನುತ ಅಲ್ಲಿಂದ ಹೊರಟಳು.

ಪುಟ್ಟ ಬಿಲ್ಲಿ ಬೇಗ ಬೇಗ ನಡೆದಳು. ಬೊಳ್ಳು ಕಕ್ಕನ ಅಂಗಡಿಗೆ ಬಂದಳು. ಬೊಳ್ಳು ಕಕ್ಕನು ಅಂಗಡಿಯಲ್ಲೇ ಇದ್ದನು. ಅವನು ಪುಟ್ಟ ಬಿಲ್ಲಿಯನ್ನು ಕಂಡನು.

ಒಡನೆ ಸಂತೋಷದಿಂದ,

'ಪುಟ್ಟ ಬಿಲ್ಲಿ, ಪುಟ್ಟ ಬಿಲ್ಲಿ ಏನು ಬಂದೆ?

ಪುಟ್ಟ ಬಿಲ್ಲಿ, ದೊಡ್ಡ ಚೀಲ ಏಕೆ ತಂದೆ?' ಎಂದು ಕೇಳಿದನು.

ಆಗ ಪುಟ್ಟ ಬಿಲ್ಲಿ,

'ಬೊಳ್ಳು ಕಕ್ಕ, ಪುಸ್ತಕವನ್ನು ಕೊಳ್ಳಲೆಂದು.

ನಿನ್ನ ನಾನು ಹುಡುಕಿಕೊಂಡು ಬಂದೆ ಇಂದು' ಎಂದಳು.

ಬೊಳ್ಳು ಕಕ್ಕನು ಪುಟ್ಟ ಬಿಲ್ಲಿಯ ಮಾತು ಕೇಳಿದನು. ಆಕೆಯನ್ನು ಒಳಗೆ ಕರೆದುಕೊಂಡು ಹೋದನು. ಆಕೆಗೆ ಪುಸ್ತಕಗಳನ್ನು ತೋರಿಸಿದನು. ಮತ್ತೆ ಹೇಳಿದನು–

'ಕನ್ನಡ, ಇಂಗ್ಲಿಷ್ ಭಾಷೆಗಳಲ್ಲಿ ಚೆಂದದ ಚಿತ್ರದ ಪುಸ್ತಕವಿಲ್ಲಿ.

ರಾಶಿಯೆ ಬಿದ್ದಿವೆ ನೋಡಮ್ಮ, ಯಾವುದು ಬೇಕೋ ಹೇಳಮ್ಮ'.

ಪುಟ್ಟ ಬಿಲ್ಲಿ ಪುಸ್ತಕಗಳನ್ನು ನೋಡಿದಳು. ಹಲವು ಬಗೆಯ ಪುಸ್ತಕಗಳು ಅಲ್ಲಿದ್ದವು.

ಅವುಗಳಲ್ಲಿ ಒಂದು ಪುಸ್ತಕ ಮುದ್ದಾಗಿತ್ತು; ಬಹಳ ಮುದ್ದಾಗಿತ್ತು. ಪುಟ್ಟ ಬಿಲ್ಲಿ ಅದನ್ನೇ ಕೊಂಡುಕೊಂಡಳು. ಬೊಳ್ಳು ಕಕ್ಕನಿಗೆ ಹಣವನ್ನು ಕೊಟ್ಟಳು. ಪುಸ್ತಕವನ್ನು ಚೀಲದೊಳಗೆ ತುಂಬಿಕೊಂಡಳು.

'ಬರುತ್ತೇನೆ ಬೊಳ್ಳು ಕಕ್ಕಾ, ನಮಸ್ಕಾರ' ಎನ್ನುತ್ತ ಅಲ್ಲಿಂದ ಹೊರಟಳು.

ಪುಟ್ಟ ಬಿಲ್ಲಿ ಬೇಗ ಬೇಗ ನಡೆದಳು. ಮೊಲ ಭಾವನ ಅಂಗಡಿಗೆ ಬಂದಳು. ಮೊಲ ಭಾವನು ಅಂಗಡಿಯಲ್ಲೇ ಇದ್ದನು. ಅವನು ಬಿಲ್ಲಿಯನ್ನು ಕಂಡನು.

ಒಡನೆ ಸಂತೋಷದಿಂದ,

'ಪುಟ್ಟ ಬಿಲ್ಲಿ, ಪುಟ್ಟ ಬಿಲ್ಲಿ ಏನು ಬಂದೆ?

ಪುಟ್ಟ ಬಿಲ್ಲಿ, ದೊಡ್ಡ ಚೀಲ ಏಕೆ ತಂದೆ?' ಎಂದು ಕೇಳಿದನು.

ಆಗ ಪುಟ್ಟ ಬಿಲ್ಲಿ,

'ಮೊಲ ಭಾವ, ನನಗೆ ಬೇಕು ಒಂದು ಬೊಂಬೆ.

ಕಡಿಮೆ ಬೆಲೆಗೆ ಕೊಟ್ಟುಬಿಡೋ ಬೇಡಿಕೊಂಬೆ' ಎಂದು ಕೇಳಿದಳು.

ಮೊಲ ಭಾವ ಪುಟ್ಟ ಬಿಲ್ಲಿಯ ಮಾತು ಕೇಳಿದನು. ಆಕೆಯನ್ನು ಒಳಗೆ ಕರೆದುಕೊಂಡು ಹೋದನು. ಆಕೆಗೆ ಬೊಂಬೆಗಳನ್ನು ತೋರಿಸಿದನು. ಮತ್ತೆ ಹೇಳಿದನು,

'ಚಿಕ್ಕವು ದೊಡ್ಡವು ಬಣ್ಣದ ಬೊಂಬೆ, ಕುಳಿತಿಹ ನಿಂತಿಹ ನಗುತಿಹ
ಬೊಂಬೆ

ಎಲ್ಲವು ಇಲ್ಲಿವೆ ನೋಡಮ್ಮಾ, ಯಾವುದು ಬೇಕೋ ಹೇಳಮ್ಮಾ'.

ಪುಟ್ಟ ಬಿಲ್ಲಿ ಬೊಂಬೆಗಳನ್ನು ನೋಡಿದಳು. ಹಲವು ಬಗೆಯ
ಬೊಂಬೆಗಳು ಅಲ್ಲಿದ್ದವು. ಬೊಂಬೆಗಳೆಲ್ಲ ಬಣ್ಣ ಬಣ್ಣಗಳಿಂದ ಕೂಡಿದ್ದವು;
ಅವು ಬಹಳ ಮುದ್ದಾಗಿದ್ದವು. ಅವುಗಳಲ್ಲಿ ಒಂದು ಬೊಂಬೆ ಪುಟ್ಟ
ಮಗುವಿನಂತೆ ಇತ್ತು. ಬಹಳ ಚೆಂದವಾಗಿತ್ತು. ಬಹಳ ಮುದ್ದಾಗಿತ್ತು.
ಪುಟ್ಟ ಬಿಲ್ಲಿ ಆ ಬೊಂಬೆಯನ್ನೇ ಕೊಂಡುಕೊಂಡಳು. ಮೊಲ ಭಾವನಿಗೆ
ಹಣವನ್ನು ಕೊಟ್ಟಳು. ಬೊಂಬೆಯನ್ನು ಚೀಲದೊಳಗೆ ಇಟ್ಟಳು.

'ಬರುತ್ತೇನೆ ಮೊಲ ಭಾವಾ, ನಮಸ್ಕಾರ' ಎನ್ನುತ್ತ ಅಲ್ಲಿಂದ
ಹೊರಟಳು.

ಪುಟ್ಟ ಬಿಲ್ಲಿ ರಸ್ತೆಗೆ ಕಾಲಿಟ್ಟಳು. ಆಗಲೇ ಆಕೆಗೆ ಒಂದು ಸದ್ದು
ಕೇಳಿಸಿತು. ಪುಟ್ಟ ಮಗು ಕೂಗಿದಂತೆ ಅನಿಸಿತು. ಪುಟ್ಟ ಬಿಲ್ಲಿ ಥಟ್ಟನೆ
ನಿಂತಳು. ಚೀಲದಲ್ಲಿದ್ದ ಬೊಂಬೆಯನ್ನು ಹೊರ ತೆಗೆದಳು.

'ಅಯ್ಯೋ ಪಾಪ! ನನ್ನ ಮಗುವಿಗೆ ಉಸಿರು ಕಟ್ಟಿತೋ ಏನೋ!
ಅದಕ್ಕಾಗಿಯೇ ಮಗು ಕೂಗಿರಬೇಕು' ಎಂದುಕೊಂಡಳು. ಬೊಂಬೆಯನ್ನು
ಎತ್ತಿ ಕಂಕುಳಲ್ಲಿ ಇಟ್ಟುಕೊಂಡಳು. ಚೀಲವನ್ನು ಕೈಯಲ್ಲಿ
ಹಿಡಿದುಕೊಂಡಳು.

'ನನ್ನ ಕಂದಾ, ದಾರಿಯಲ್ಲಿ ಅಳಬೇಡ ಮಗೂ. ಬೇಗ ಮನೆಗೆ
ಹೋಗೋಣ. ಅಲ್ಲಿ ನಿನಗೆ ಹಾಲು ಕುಡಿಸುತ್ತೇನೆ. ಅನ್ನ ಉಣಿಸುತ್ತೇನೆ.
ತೊಟ್ಟಿಲಲ್ಲಿ ಮಲಗಿಸಿ, ತೂಗುತ್ತೇನೆ. ಜೋಗುಳ ಹಾಡುತ್ತೇನೆ. ಜಾಣಮರಿ
ನೀನು. ಅಳಬೇಡ ಮುದ್ದೂ' ಎನ್ನುತ್ತ ಆ ಬೊಂಬೆಮಗುವನ್ನು
ತಬ್ಬಿಕೊಂಡಳು. ಬೇಗ ಬೇಗ ಮನೆಯ ಕಡೆ ಹೆಜ್ಜೆ ಹಾಕಿದಳು.

ಆಗ ಮರದ ಮೇಲಿದ್ದ ಪುಟ್ಟ ಗುಬ್ಬಚ್ಚಿ, ಪುಟ್ಟ ಬಿಲ್ಲಿಯನ್ನೇ
ನೋಡುತ್ತಿತ್ತು. ಪುಟ್ಟ ಬಿಲ್ಲಿಯನ್ನು ನೋಡಿ ಪುಟ್ಟ ಗುಬ್ಬಚ್ಚಿ ತನಗೆ
ತಾನೇ ಹಾಡುತ್ತಿತ್ತು :

40 ನರಿಗಳಿಗೇಕೆ ಕೋಡಿಲ್ಲ?

'ಪುಟ್ಟ ಬಿಲ್ಲಿ ನಡೆದುಕೊಂಡು ಪೇಟೆಗೆಂದು ಬಂದಳು.
ಪೇಟೆಯಲ್ಲಿ ಪುಟ್ಟ ಬಿಲ್ಲಿ ಪುಟ್ಟ ಬೊಂಬೆ ಕೊಂಡಳು.
ಬೊಂಬೆಯಲ್ಲಿ ಪುಟ್ಟ ಬಿಲ್ಲಿ ಪುಟ್ಟ ಮಗುವ ಕಂಡಳು.
ಪುಟ್ಟ ಮಗುವ ಕಂಡು ಬಿಲ್ಲಿ ಪುಟ್ಟ ತಾಯಿಯಾದಳು.'

ರಂಗನ ರುಚಿ

– 'ಸಿಸು' ಸಂಗಮೇಶ

ರಂಗ ಆರು ವರ್ಷದ ಬಾಲಕ. ಶಾಲೆಗೆ ಹೋಗೋದೆಂದರೆ ಕಿರಿಕಿರಿ.

ತಾಯಿ ತಂದೆ ಒಮ್ಮೊಮ್ಮೆ ರುಚಿ ಹೇಳಿ ತಿನಿಸಿನ ಲಂಚ ಕೊಟ್ಟು, ಒಮ್ಮೊಮ್ಮೆ ಬೈದು ಬೆದರಿಸಿ ಶಾಲೆಗೆ ಕಳಿಸುತ್ತಿದ್ದರು. ಶಾಲೆಯ ಅಂಗಳದಲ್ಲಿ ಕಾಲಿಡುತ್ತಲೇ ರಂಗ ತಿರುಗಿ ಓಡಿಬರುತ್ತಿದ್ದನು. ಅವನ ಮನಸ್ಸೇ ಅಲ್ಲಿರುತ್ತಿರಲಿಲ್ಲ. ಗೆಳೆಯರೊಡನೆ ಜಗಳಾಡಿ, ತಾನು ಹೊಡೆದು ಇಲ್ಲವೇ ಹೊಡಿಸಿಕೊಂಡು ಅಳುತ್ತ ಮನೆಗೆ ಬರುತ್ತಿದ್ದನು. ಮನೆಯಲ್ಲಿ ಇದ್ದಲಿ ತಂದು, ನೆಲದ ಮೇಲೆಯೋ ಗೋಡೆಯ ಮೇಲೆಯೋ ಗೆರೆ ಎಳೆಯು ತ್ತಿದ್ದನು. ಮನಬಂದಂತೆ ಚಿತ್ರ ಬಿಡಿಸುತ್ತಿದ್ದನು. ತಾಯಿ ಕಂಡರೆ ಓಡಿ ಹೋಗುತ್ತಿದ್ದನು. ಎಳೆದುತಂದು ಶಾಲೆಗೆ ಕಳಿಸಿ ಬಂದರೂ, ತಾಯಿ ಮರೆಯಾಗುತ್ತಲೇ ಮತ್ತೆ ಪರಾರಿಯಾಗುತ್ತಿದ್ದನು. ಬೈಲಲ್ಲಿ ಗೆರೆ ಎಳೆಯು ವುದನ್ನು, ಕಲ್ಲು ಒಟ್ಟಿ ಆಡುವುದನ್ನು ಓಣಿಯವರು ಕಂಡು ಹಿರಿಯರಿಗೆ ತಿಳಿಸುತ್ತಿದ್ದರು. ಇವೆಲ್ಲ ತುಂಟತನ ಮೈಗಳ್ಳತನಗಳನ್ನು ಕೇಳಿ ಕೇಳಿ ಅವರಿಗೂ ಬೇಜಾರಾಗಿ ಅತ್ತ ಲಕ್ಷ್ಯ ಕೊಡುವುದನ್ನೇ ಬಿಟ್ಟರು. ಅವರಿಗೆ ಹೊಟ್ಟೆ ಬಟ್ಟೆಗೆ ದುಡಿಯುವದರಲ್ಲೇ ಹೊತ್ತು ಹೋಗುತ್ತಿತ್ತು.

ರಂಗ ಶಾಲೆಗೆ ಬರದ್ದನ್ನು ಕಂಡ ಗುರುಮಾತೆ ಶೀಲಾ ಅವರಿಗೆ ವ್ಯಥೆಯಾಯಿತು. ಅವರು ಮಕ್ಕಳನ್ನು ಮಮತೆಯಿಂದ ಕಾಣುತ್ತಿದ್ದರು. ವರ್ಗದ ಎಲ್ಲ ಮಕ್ಕಳ ಬಗ್ಗೆ ಕಾಳಜಿ ಇತ್ತು. ಪ್ರತಿಯೊಬ್ಬನಲ್ಲಿಯ ಸುಪ್ತಶಕ್ತಿಗಳನ್ನು ಆಸಕ್ತಿಯಿಂದ ನಿರೀಕ್ಷಿಸುತ್ತಿದ್ದರು. ಮಕ್ಕಳಲ್ಲಿಯ ಕಲೆ ಜಾಣತನ ಕಂಡು ಪ್ರೋತ್ಸಾಹಿಸುತ್ತಿದ್ದರು. ಹೀಗಾಗಿ ಅವರೇ ರಂಗನ ಮನೆಗೆ ಬಂದರು.

42 ನರಿಗಳಿಗೇಕೆ ಕೋಡಿಲ್ಲ?

ರಂಗನ ತಾಯಿ ಕಾಳು ಹಸನು ಮಾಡುತ್ತ ಕುಳಿತಿದ್ದಳು. ಶೀಲಾ ಅಕ್ಕಾವ್ರು ಬಂದುದನ್ನು ಕಂಡು ಜಮಖಾನೆ ಹಾಸಿ ಕುಳ್ಳಿರಿಸಿದಳು. 'ರಂಗ ಎಲ್ಲಿ?' ಎಂದು ಕೇಳಲಾಗಿ, 'ಏನು ಮಾಡೂದು ಅಕ್ಕಾವ್ರೆ, ಎಲ್ಲೋ ಹೋಗಿದ್ದಾನ, ಅವಾ ತಿರುಗಾಲ ತಿಪ್ಪ, ಮೈಗಳ್ಳ ಆಗ್ಯಾನ. ಸಾಲಿಗಿ ಹೋಗ ಅಂದ್ರ ಹೋಗೂದಿಲ್ಲ, ಮನಿ ಗೋಡಿ ಹೊಲಸ ಮಾಡತಾನ. ಎಷ್ಟ ತಿಳಿ ಹೇಳಿದರೂ ಕೇಳೊದಿಲ್ಲ' ಎಂದು ಬಿಡದೆ ಹೇಳಿದಳು.

'ಸರಿ ನೀವು ಹೀಗೆ ಬಿಟ್ಟರೆ ಅವನು ಸುಧಾರಿಸುವನೇ? ಮುಂದಿನ ಭವಿಷ್ಯ ಏನು? ಅವನೇನು ಮಾಡುವನು?' ಎಂದು ಕೇಳುತ್ತ ಶೀಲಾ ರಂಗನ ತಾಯಿಯ ಮುಖ ನೋಡಿದರು.

ಮುದ್ದೆಯಾದ ಮುಖದಲ್ಲಿ ಮಾತು ಹೊರಡದೆ, 'ಏನು ಮಾಡೂದು ಅಕ್ಕಾವ್ರ. ಸಾಲಿ ಅಂದ್ರ ಓಡಿ ಹೋಗತಾನ, ಹೇಳಿ ಹೇಳಿ ಸಾಕಾಗ್ಯಾದ' ಎಂದು ಮಾತು ಮುಗಿಸುವಷ್ಟರಲ್ಲಿ ಶೀಲಾ ಅವರೇ ಮುಂದಾಗಿ, 'ಎಲ್ಲಾ ಪ್ರಯತ್ನ ಏನ ಮಾಡೀರಿ? ಎಲ್ಲಿ ಮಾಡೀರಿ? ಅವಾ ಸಾಲಿಗಿ ಏಕೆ ಹೋಗುವದಿಲ್ಲ? ಅದರ ಕಾರಣ ತಿಳಿದಿದ್ದೀರಾ? ಅವಾ ಏನಾದರೂ ಹೇಳಿದ್ದಾನೆಯೇ? ಅವನ ಬಯಕೆಗಳೇನು, ಅವ ಏನು ಮಾಡುತ್ತಿರುತ್ತಾನೆ? ತಿಳಿದಿದ್ದೀರಾ? ಎಲ್ಲಾ ತಾಯಿ ತಂದೆಗಳು ಮಗು ತುಂಟನಾದನೆಂದು ಮೈಗಳ್ಳನಾದನೆಂದು ತಿಳಿದು ಅವರತ್ತ ಲಕ್ಷ್ಯ ಹಾಕುವುದನ್ನು ಬಿಟ್ಟರೆ ಮಕ್ಕಳ ಮುಂದಿನ ಭವಿಷ್ಯವೇನು? ಮಕ್ಕಳಲ್ಲಿ ಹುದುಗಿದ ಆಶೆ, ಆಕಾಂಕ್ಷೆ, ಕಲ್ಪನೆಗಳತ್ತ ಲಕ್ಷ್ಯ ಕೊಡುವದೇ ಇಲ್ಲ. ಇರಲಿ. ನಾಳೆ ಅವನನ್ನು ಶಾಲೆಗೆ ಕಳಿಸಿರಿ. ಪಾಟಿ ಪುಸ್ತಕ ಬೇಡ. ನೋಡಿ, ಗೋಡೆಯ ಮೇಲೆ ಗೆರೆ ಹೊಡೆಯುವ ಇದ್ದಲಿ ಬದಲು ಬಣ್ಣದ ಪೆನ್ಸಿಲ್, ಕಾಗದ ಕೊಟ್ಟು ಕಳಿಸಿರಿ' ಎನ್ನುವಷ್ಟರಲ್ಲಿ ರಂಗ ಹೊರಗಿನಿಂದ ಓಡುತ್ತ ಬಂದು ಶೀಲಾ ಅಕ್ಕಾವರನ್ನು ಕಂಡು ಬಾಗಿಲಲ್ಲೇ ನಿಂತ.

'ಯಾಕ ರಂಗಣ್ಣಾ? ಸಾಲಿಗಿ ಯಾಕ ಬಂದಿಲ್ಲ. ಜಾಣ ಹುಡುಗನಾಗಿ ಸಾಲಿ ತಪ್ಪಿಸಿದರ ಹ್ಯಾಂಗ? ನಿಮ್ಮಮ್ಮಗ ಎಲ್ಲಾ ಹೇಳೀನಿ ನಾಳೆ ಸಾಲಿಗಿ ಬಾ' ಎಂದು ಹೇಳಿದ ಶೀಲಾ ಅವರು ಮರಳಿದರು.

ರಂಗ ಅವರು ಹೋಗುವದನ್ನೇ ನೋಡುತ್ತ ನಿಂತ.

ಮರುದಿನ ಗುರುಮಾತೆ ಹೇಳಿದಂತೆ ಕಾಗದ ಬಣ್ಣದ ಪೆನ್ಸಿಲ್ ಕೊಟ್ಟಾಗ ಹಿಗ್ಗಿದ. ಏನು ತಿಳಿಯಿತೋ ಏನೋ ತಟ್ಟನೆ ಶಾಲೆ ಕಡೆಗೆ ಓಡಿದ.

ತಾಯಿ ಹಿಗ್ಗಿನಿಂದ ನೋಡುತ್ತ ನಿಂತಳು.

ಶೀಲಾ ಅವರು ಅವನಲ್ಲಿ ಹುದುಗಿದ ಕಲೆಯನ್ನು ಅರಿತು ಚಿತ್ರ ಬರೆಯಲು ಹೇಳಿದರು.

ಬರೆದ ಚಿತ್ರಕ್ಕೆ ಮೆರಗು ಕೊಡುವಂತೆ ಹೊಸ ಹೊಸ ವಿಚಾರ ತಿಳಿಸಿ ಚಿತ್ರ ಬರೆಸಿದರು.

ರಂಗನ ಕಲ್ಪನೆಗಳು ರಂಗು ರಂಗಾದವು.

ಚಿತ್ತವಿಟ್ಟು ಚಿತ್ರ ಬಿಡಿಸುವದರ ಜೊತೆಗೆ ಓದು ಬರಹದಲ್ಲಿಯೂ ಮನಸ್ಸು ನಾಟಿತು.

ಚಿಟ್ಟಿಬಾಲೆ

– ವೈದೇಹಿ

‘ಚಿಟ್ಟಿಬಾಲೆ’ ಮುದ್ದು ಹುಡುಗಿ.

ಕಷ್ಟದಲ್ಲಿ ಇರುವವರನ್ನು ಕಂಡರೆ ಅವಳಿಗೆ ದುಃಖ. ತನ್ನಿಂದಾದ ಉಪಕಾರ ಮಾಡುವಳು.

ಒಮ್ಮೆ ಮಳೆಗಾಲ ಸಮೀಪಿಸುತಿತ್ತು. ಆದರೆ ಅವಳ ಮನೆ ತೋಟದಲ್ಲಿನ ಇರುವೆಗಳಿಗೆ ಎಷ್ಟು ಕಷ್ಟಪಟ್ಟರೂ ಒಂದು ಕಾಳು ಕೂಡ ಕೂಡಿಡುವುದಕ್ಕೆ ಆಗಿರಲಿಲ್ಲ. ಅದನ್ನು ನೋಡಿ ಚಿಟ್ಟಿಗೆ ಬೇಸರವಾಯಿತು. ತೋಟಕ್ಕೆ ಹೋಗಿ ಅವುಗಳ ಗೂಡಿನ ಬಳಿಯಲ್ಲಿಯೇ ಸಕ್ಕರೆ ಬೆಲ್ಲವನ್ನಿಟ್ಟು ಬಂದಳು. ಮೆಚ್ಚಿ ‘ಭೇಷ್!’ ಎಂದಳು ಅವಳ ಅಮ್ಮ.

ಜೋರು ಮಳೆ ಬಂದಾಗೊಮ್ಮೆ ಕೆಂಪುಹಕ್ಕಿಯ ಗೂಡು ಬಿದ್ದೇಹೋಯಿತು. ಅದು ಚಿರ್ರೋ ಅಂತ ಅಳತೊಡಗಿತು. ಚಿಟ್ಟಿ ಓಡಿ ಬಂದಳು. ಗೂಡು ಎತ್ತಿಟ್ಟಳು. ಮರಿಗಳನ್ನು ಬದುಕಿಸಿದಳು. ಕೆಂಪುಹಕ್ಕಿಯ ಕಣ್ಣೀರು ಒರೆಸಿದಳು. ಕೆಂಪುಹಕ್ಕಿ ಗೂಡು ಸೇರಿತು. ಗೂಡು ಸೇರಿ ಹಾಡು ಹಾಡಿತು. ಆ ಹಾಡು ಕೇಳುತ್ತ ನೀರಿನ ಮೇಲೆ ಚಿಟ್ಟಿ ಬಿಟ್ಟ ದೋಣಿ ಒಲೆದಾಡುತ್ತಾ ಮುಂದೆ ಸಾಗಿತು.

ದಿನವೂ ಹೀಗೇ ಅವಳ ಕೆಲಸ ಒಂದಲ್ಲ ಎರಡಲ್ಲ, ಹಲವು.

ಅಂಥಾ ಚಿಟ್ಟಿಗೆ ಒಮ್ಮೆ ಏನಾಯಿತೂ ನೋಡುವ......

2

ಚಿಟ್ಟಿಗೆ ತುಂಬಾ ತಲೆಗೂದಲು. ಉದ್ದಾ ಅಂದರೆ ಉದ್ದ. ಎಷ್ಟು

46 ನರಿಗಳಿಗೇಕೆ ಕೋಡಿಲ್ಲ?

ಉದ್ದವೆಂದರೆ ಕಾಲಿನ ಹಿಮ್ಮಡಿಗೆ ತಾಗುವಷ್ಟು ಉದ್ದ. ರೇಶಿಮೆಯಂತೆ ನುಣುಪು; ಹೊಳಪು. ಆ ಉದ್ದವಾದ ಭಾರವಾದ ಜಡೆಯನ್ನು ಚಿಟ್ಟಿ ಹಗುರವಾಗಿ ಹೊತ್ತು ಓಡಾಡಬಲ್ಲಳು. ಚಿಟ್ಟಿಗೆ ಅದರ ಭಾರ ಅಭ್ಯಾಸವಾಗಿ ಹೋಗಿದೆ.

ಆದರೆ ಅದನ್ನು ಬಾಚಿ ಜಡೆ ಹೆಣೆಯುವಾಗ ಅವಳ ಅಮ್ಮನಿಗೆ ಮಾತ್ರ ಸಾಕು ಸಾಕಾಗುತ್ತದೆ. ಸಾಧಾರಣ ಹಣಿಗೆಗಳೆಲ್ಲ ಅವಳ ತಲೆಯಲ್ಲಿ ಕಳೆದೇ ಹೋಗುತ್ತವೆ. ಎಂತಲೇ ಅವಳ ಮನೆಯಲ್ಲಿ ಅವಳಿಗಾಗಿಯೇ ಒಂದು ವಿಶೇಷ ಬಾಚಣಿಗೆ ಇದೆ. ಅವಳ ಅಮ್ಮ ಅಂಗಡಿಯವನಿಗೆ ಹೇಳಿ ವಿಶೇಷವಾಗಿ ಮಾಡಿಸಿದ ಬಾಚಣಿಗೆ ಅದು. ಆ ಬಾಚಣಿಗೆಗೆ ಬಲವಾದ ಹಲ್ಲು. ಅದರ ಬಣ್ಣ ಹಸಿರು. ಸುತ್ತಲೂ ಹಳದಿ ಗೀರು. ಮಧ್ಯೆ ಚಂದವಾಗಿ ಅರಳಿದ ಹೂವಿನ ಚಿತ್ರ. ಅಗಲವಾಗಿ, ಗಟ್ಟಿಯಾಗಿ ಹಲಗೆಯಂತೆ ಇರುವ ಈ ಹಣಿಗೆಯನ್ನು ಒಬ್ಬರಿಂದ ಎತ್ತಲು ಆಗದು. ಅವಳ ತಲೆಯನ್ನು ಒಬ್ಬರಿಂದ ಬಾಚಲೂ ಆಗದು.

ಚಿಟ್ಟಿಯ ಮನೆಯಲ್ಲಿ ಚೆನ್ನಿ ಮತ್ತು ರುಕ್ಕಿ ಎಂಬ ಇಬ್ಬರು ಇದ್ದಾರೆ.

ಅವರಿಬ್ಬರು ಮತ್ತು ಚಿಟ್ಟಿಯ ಅಮ್ಮ ಸೇರಿ ಹಣಿಗೆಯನ್ನು ಎತ್ತಿ ಅವಳ ತಲೆಗೆ ಇಟ್ಟು ಎಳೆಯುತ್ತಾರೆ. ಎಷ್ಟು ಬಾಚಿದರೂ ಚಿಟ್ಟಿ ಅಲ್ಲಾಡದೇ ಕುಳಿತಿರುತ್ತಾಳೆ.

'ಸಾಕಮ್ಮ ಬೇಗ ಮುಗಿಸು...' ಎನ್ನುವುದಿಲ್ಲ. ಯಾಕೆಂದರೆ ಅವಳ ತಲೆಯಲ್ಲಿ ರಾಶಿ ರಾಶಿ ಹೇನುಗಳಿವೆ. ಹೀಗಾಗಿ ತಲೆಯಲ್ಲಿ ಸದಾ ತುರಿಕೆ. ಬಾಚುವಾಗ ಅವಳಿಗೆ ಹಾಯೆನಿಸುತ್ತದೆ. ಆದರೆ ಅವು ಕಚ್ಚಿ ಕಚ್ಚಿ ಮಾಡಿದ ಕಜ್ಜಿ?! ಅದರ ಮೇಲೆ ಹಣಿಗೆ ಹಾದು ಹೋಗುವಾಗ ಮಾತ್ರ..., ಅಯ್ಯೋ.., ಆ.. ಯ್!.., ಅಮ್ಮಮ್ಮಾ..., ನೋವೂ..

ಅಂತೂ ಕಷ್ಟಪಟ್ಟು ಬಾಚಿ ಒಪ್ಪ ಮಾಡಿ ಅವಳ ಅಮ್ಮ ಒಟ್ಟು ಕೂದಲನ್ನು ಮೂರು ಭಾಗ ಮಾಡುತ್ತಾಳೆ. ಒಂದು ಭಾಗವನ್ನು ಚೆನ್ನಿ, ಇನ್ನೊಂದನ್ನು ರುಕ್ಕಿ, ಮತ್ತೊಂದನ್ನು ಅಮ್ಮ ಹಿಡಿದುಕೊಂಡು ಅಂತೂ ಜಡೆ ಹೆಣೆಯುತ್ತಾರೆ. ಆ ಜಡೆ ಹೆಣೆಯಲು ಅವರಿಗೆ ಸುಮಾರು ಒಂದು ಗಂಟೆ ಹೊತ್ತಾದರೂ ಬೇಕು.

ಚಿಟ್ಟಿಯ ತಲೆಗೂದಲ ಕಾಡಿನಲ್ಲಿ ಇರುವ ಹೇನುಗಳಿಗೆ ಲೆಕ್ಕಸಂಖ್ಯೆಯಿಲ್ಲ.

ಅವು ಅಲ್ಲಿಯೇ ಮನೆಮಾಡಿವೆ, ಪೇಟೆ ಮಾಡಿವೆ, ಸಭೆ ಸಮಾರಂಭ ನಡೆಸುತ್ತವೆ, ಅಂಗಡಿಗೆ ಹೋಗಿ ಬರುತ್ತವೆ! ಅವು ಅತ್ತಿತ್ತ ಓಡಾಡುವಾಗೆಲ್ಲ ಅವಳಿಗೆ ವಿಪರೀತ ತುರಿಕೆ. ಅವು ಓಡೋಡಿ ಕೆಲಸ ಮಾಡುವಾಗಲಂತೂ ತುರಿಕೇ ಅಂದರೆ ತುರಿಕೆ. ಹೇಳಲು ಸಾಧ್ಯವಿಲ್ಲದಷ್ಟು. ಸಣ್ಣಸಣ್ಣ ಮರಿಗಳು ಒಮ್ಮೊಮ್ಮೆ ತುಂಟಾಟ ಮಾಡಿ ಅವಳಿಗೆ ರಗಳೆ ಮಾಡುವುದುಂಟು.

ಅವು ಬಂದು ಚಿಟ್ಟಿಯ ತಲೆ ಸೇರಿಕೊಂಡದ್ದು ಹೀಗೆ:

3

ಒಂದು ರಾತ್ರಿ.

ಎಲ್ಲರೂ ಮಲಗಿದ್ದರು. ಎಲ್ಲೆಲ್ಲೂ ನಿಶ್ಶಬ್ದ. ಚಿಟ್ಟಿಗಂತೂ ಜೋರು ನಿದ್ರೆ.

ಹೇನರಸನ ದೊಡ್ಡದೊಂದು ದಂಡು ವಾಸಿಸಲು ರಾಜ್ಯ ಹುಡುಕುತ್ತಾ ಬಂತು. ಆ ದಂಡಿನಲ್ಲಿ ರಾಜ, ರಾಣಿ, ರಾಜಕುಮಾರಿ ಊರ ಜನರು ಎಲ್ಲರೂ ಇದ್ದರು. ಅರಸನಿದ್ದ ಹಳೆಯ ರಾಜ್ಯದಿಂದ ಅವರನ್ನೆಲ್ಲ ಓಡಿಸಿದ್ದರು. ಹೊಸ ರಾಜ್ಯವನ್ನು ಹುಡುಕುತ್ತಾ ಹುಡುಕುತ್ತಾ ಅವರು ಏಳು ಹಾಸಿಗೆಯ ಬಯಲನ್ನು ದಾಟಿ ಎಂಟನೆಯ ಬಯಲಿಗೆ ಬಂದರು.

ಅದೊಂದು ಮಂಚದ ಮೇಲಿರುವ ಬಯಲಿನ ಹಾಸಿಗೆ. ಬಯಲಿನುದ್ದಕ್ಕೂ ಚಿಟ್ಟಿ ಮಲಗಿದ್ದಾಳೆ! ಅವಳ ಉದ್ದ ಜಡೆ ಮಂಚದಿಂದ ಕೆಳಗಿಳಿದಿದೆ. ನೆಲದ ಮೇಲೆ ಸುರುಳಿಯಾಗಿದೆ.

ಹೇನರಸ 'ಸಿಕ್ಕಿತು ಸಿಕ್ಕಿತು' ಎಂದು ಕೂಗಿದನು. ದಂಡು ಓಡೋಡಿ ಬಂತು.

'ಇದೋ ಸುರುಳಿ ಸುತ್ತಿ ಮೇಲೇರಿರುವ ಹಾದಿ! ಇದರ ಉದ್ದಕ್ಕೂ ಹತ್ತಿ ಸಾಗಿ. ಘಟ್ಟ ತಲುಪುತ್ತಲೂ ನಮಗೆ ದಟ್ಟ ಕಾಡು ಸಿಗುತ್ತದೆ...' ಎಂದನು.

ಪಾಪ ಚಿಟ್ಟಿಗೆ ಇದಾವುದೂ ತಿಳಿಯದು. ಅವಳು ಜೋರು ನಿದ್ರೆಯಲ್ಲಿದ್ದಳು.

ಹೇನುಗಳು ಒಂದೊಂದಾಗಿ ಮೆಲ್ಲಗೆ ಹತ್ತಿದವು. ಅಪರಾತ್ರಿಯಲ್ಲಿ ಸದ್ದಿಲ್ಲದೆ ಕೋಟೆ ಹತ್ತಿ ಬರುವ ಶತ್ರುಗಳಂತೆ, ಮೇಲೆ ಬಂದು ಅವಳ ತಲೆ ತಲುಪಿ ತಮ್ಮ ಪತಾಕೆ ಹಾರಿಸಿದುವು. ತಮ ತಮಗೆ ಬೇಕಾದ ಜಾಗಗಳಲ್ಲಿ ಅಂಗಡಿ ಮನೆ ಮಾಡಿದವು. ಹೇನುಗಳ ರಾಜ ರಾಣಿ ಮತ್ತು ರಾಜಕುಮಾರಿಯರು ನಟ್ಟ ನಡುವಿನ ಬೈತಲೆಗಿಂತ ಸ್ವಲ್ಪ ಕೆಳಗೆ ಅರಮನೆ ಕಟ್ಟಿಸಿ ಅದರಲ್ಲಿ ವಾಸಿಸತೊಡಗಿದರು.

ಅಂದಿನಿಂದ ಸುರುವಾಯಿತು ಚಿಟ್ಟಿಯ ಕಿರಿಕಿರಿ. ಒಮ್ಮೊಮ್ಮೆಯಂತೂ ಚರಪರವೆಂದು ಎರಡು ಕೈಗಳಿಂದಲೂ ತಲೆಯನ್ನು ತುರಿಸಿಕೊಳ್ಳುವಳು.

'ಚಿಟ್ಟಿ, ಎರಡೂ ಕೈಯಿಂದ ಹಾಗೆ ತುರಿಸಿಕೋಬೇಡ' ಎಂದು ಅವಳ ಅಮ್ಮ ಗದರುವಳು.

ಕೂಡಲೇ ಚೆನ್ನಿ ಮತ್ತು ರುಕ್ಕಿ ಹಣಿಗೆಯನ್ನು ಹೊತ್ತು ತರುವರು. ಅವಳ ಜಡೆ ಬಿಚ್ಚುವರು. ಸ್ಲೂ ಸ್ಲೂ ಎಂದು ರಾಗವೆಳೆಯುತ್ತ ಅವಳ ತಲೆ ಬಾಚುವರು. ಒಮ್ಮೆ ಹಾಯ್... ಅನ್ನಿಸಿದರೆ ಒಮ್ಮೆ ಆಯ್! ಆಯ್!

ಆ ಬಾಚಣಿಗೆಯೋ ಚೂಪು ಮಾತ್ರವಲ್ಲ, ಬಲಶಾಲಿ. ಒಂದು ಸಲ ಕೂದಲ ಕಾಡಿನಲ್ಲಿ ಹಾದು ಬಂದರೆ ಸಾಕು. ಸುಖವಾಗಿ ಮೊಟ್ಟೆ ಮರಿ, ಅಪ್ಪ, ಅಮ್ಮ, ಗಂಡ, ಹೆಂಡತಿ ಎಂದು ಬದುಕಿದ್ದ ಹೇನಿನ ಕುಟುಂಬಗಳೆಲ್ಲ ಅದರ ಬಾಯಿಯೊಳಗೆ!

ಚೆನ್ನಿ ಮತ್ತು ರುಕ್ಕಿ ಹಣಿಗೆಯನ್ನು ನೆಲದ ಮೇಲೆ ಖಟಾ ಖಟಾ ಬಡಿಯುವರು. ಆಗ ಅದರ ಹಲ್ಲುಗಳ ಚಡಿ ಚಡಿಯಲ್ಲಿ ಅವಿತು ಕುಳಿತ ಹೇನು ಪರಿವಾರದವರೆಲ್ಲ ಹಿಡಿತ ಜಾರಿ ನೆಲದ ಮೇಲೆ ಉದುರಿ ಉರುಳುವರು. ರುಕ್ಕಿ ಚಿಟ್ ಚಿಟ್ ಎಂದು ಅವೆಲ್ಲವನ್ನೂ ವರೆಯುವಳು.

ಚಿಟ್ ಚಿಟ್ ಶಬ್ದ ಕೇಳಲು ಎಷ್ಟು ಖುಷಿ! ಚಿಟ್ಟಿ ಸದ್ದು ಆಲಿಸುತ್ತಾ ಕೂಡುವಳು.

4

...ಹೀಗೆ ಹೇನು ಪರಿವಾರ ಚಿಟ್ಟಿಯ ತಲೆಯಲ್ಲಿ ಬಿಡಾರ ಹೂಡಿದ್ದು ಹೌದಾದರೂ, ಒಂದು ದಿನವೂ ಸುಖ ಪಡಲಿಲ್ಲ.

ದಿನದಿಂದ ದಿನಕ್ಕೆ ಹೇನರಸನ ಪರಿವಾರ ಸಣ್ಣದಾಗುತ್ತಾ ಬಂತು. ಒಮ್ಮೆ ವಿಹಾರಕ್ಕೆಂದು ಉದ್ಯಾನವನಕ್ಕೆ ಹೋದ ರಾಜಕುಮಾರಿ ಮತ್ತೆ ಅರಮನೆಗೆ ಮರಳಲಿಲ್ಲ. ಅವಳನ್ನು ಬಾಚಣಿಗೆ ಭೂತ ಎಳೆದುಕೊಂಡು ಹೋಯಿತು ಎಂಬ ಸುದ್ದಿ ಬಂತು. ರಾಣಿ ಮೂರ್ಛೆಹೋದಳು. ಅರಸನಿಗೆ ತಡೆಯದಷ್ಟು ದುಃಖವಾಯಿತು. ತುಂಬಾ ಚಿಂತೆಯಾಯಿತು.

ಮೂರ್ಛೆಯಿಂದ ಎದ್ದ ಮೇಲೆ ರಾಣಿ ಹೇಳಿದಳು 'ನಾವು ಯಾಕೆ ಚಿಂತಿಸಬೇಕು? ಕಾಡಿನ ಒಡತಿ ಚಿಟ್ಟಿಯೊಡನೆಯೇ ಮಾತಾಡುವ. ಆಕೆ ಬಹಳ ಉಪಕಾರಿಯಂತೆ. ಅವಳಿಗೆ ಕನಿಕರ ಬಂದೀತು. ನಮ್ಮ ಕಷ್ಟವನ್ನು ಅವಳೇ ತಪ್ಪಿಸಿಯಾಳು... ' ಅರಸನಿಗೆ ಈ ಮಾತು ಸರಿಯೆಂದು ಕಂಡಿತು.

ಮರುದಿನ, ಇನ್ನೂ ಮಸುಕು ಮಸುಕು ಬೆಳಗಿನ ಜಾವ. ಹಕ್ಕಿಪಕ್ಕಿಗಳೂ ಎದ್ದಿರಲಿಲ್ಲ. ಚಿಟ್ಟಿಯಂತೂ ಚಂದದ ನಿದ್ದೆಯಲ್ಲಿದ್ದಳು. ಆಗ 'ಚಿಟ್ಟೀಯಮ್ಮಾ ಚಿಟ್ಟೀಯಮ್ಮಾ.., ಓಯ್ ಚಿಟ್ಟಿಯಮ್ಮಾ..' ಎಂದು ಯಾರೋ ಕರೆದಂತಾಯಿತು.

ಚಿಟ್ಟಿಗೆ ನಿಧಾನವಾಗಿ ಎಚ್ಚರವಾಯಿತು. ಎದ್ದು ಕುಳಿತಳು.

ಸುತ್ತ ನೋಡಿದಳು. ಯಾರೂ ಇರಲಿಲ್ಲ.

ಮತ್ತೆ ಮಲಗಿದಳು. ಕಣ್ಣು ಮುಚ್ಚಿದಳು.

ಪುನಃ, 'ಹೋಯ್ ಚಿಟ್ಟಿಯಮ್ಮ, ಕಾಣಿಸಲಿಲ್ಲವೇ? ನಾವು... ನಿಮ್ಮ ಹಣೆಯ ಮೈದಾನದಲ್ಲಿದ್ದೇವೆ' ಎಂದ ಹೇನರಸ.

ಚಿಟ್ಟಿ ಮೆಲ್ಲಗೆ ಹಣೆಯ ಮೇಲೆ ಕೈಯಾಡಿಸಿಕೊಂಡಳು.

ಆ ಗುಲಾಬಿಗೆಂಪಿನ ಚಿಗುರು ಬೆರಳುಗಳು ತಮ್ಮನ್ನು ದಾಟಿ ಹೋಗುವಾಗ ಹೇನರಸ ಮತ್ತವನ ಹೆಂಡತಿ ಕಿರಿಬೆರಳನ್ನು ಕಚ್ಚಿ ಹಿಡಿದು ಮೇಲೆ ಹತ್ತಿಕೊಂಡರು. ಚಿಟ್ಟಿಗೆ ಉಗುರಿನೆಡೆ ತುರಿಸಿದಂತಾಗಿ ಏನೆಂದು ನೋಡಿದರೆ.., ಓಹೋ ಇವರು ಯಾರು! ತನಗೆ ತಿಳಿಯದಲ್ಲ!

'ಯಾರು ನೀವು?' ಕೇಳಿದಳು ಚಿಟ್ಟಿ.

'ನಾನು ಹೇನರಸ. ಇವಳು ನನ್ನ ರಾಣಿ.'

'ಯಾಕೆ ಬಂದಿರಿ?'

'ಅಯ್ಯೋ ಯಾಕೆ ಎಂದು ಹೇಳುವುದು ಚಿಟ್ಟಿಯಮ್ಮ. ನಮ್ಮ ಜೀವಕ್ಕೇ ಹಾನಿಯೊದಗಿದೆ. ನಿಮ್ಮ ಕಡೆಯವರು ನನ್ನ ಪರಿವಾರದೊಡನೆ ಮನ ಬಂದಾಗೆಲ್ಲ ಯುದ್ಧ ಮಾಡುತ್ತಾರೆ. ನನ್ನ ಪರಿವಾರದವರು ಪಾಪ, ಅವರೊಂದಿಗೆ ಹೋರಾಡಲಾರದೆ ಪಟಪಟನೆ ಸಾಯುತ್ತಿದ್ದಾರೆ. ನನ್ನ ಮಗಳು...' ಅರಸನಿಗೆ ರಾಜಕುಮಾರಿಯ ನೆನಪಾಗಿ ಕಣ್ಣೀರು ಬಂತು.

ರಾಣಿಯೂ ಹೋ ಎಂದು ಅತ್ತು ಬಿಟ್ಟಳು.

'ರಾ..ಜ..ಕು..ಮಾ...ರೀ.... ರಾ..ಜ..ಕು..ಮಾ...ರೀ....'

'ಆಹಾ! ಇವರಿಗೆ ಇಷ್ಟು ಕಷ್ಟವೇ? ಅದೂ ತನ್ನಿಂದ!' ಚಿಟ್ಟಿಯ ಕಣ್ಣಲ್ಲಿಯೂ ನೀರು ತುಂಬಿಕೊಂಡಿತು.

'ಹೇಳಿ. ನನ್ನಿಂದ ಏನಾಗಬೇಕು?'

'ಉಳಿಸಿ ಚಿಟ್ಟಿಯಮ್ಮಾ. ನೀವೊಬ್ಬರೇ ನಮ್ಮನ್ನು ಉಳಿಸಬಲ್ಲಿರಿ.'

'ಹೇಗೆ?'

'ನಿಮ್ಮವರು ಹಣಿಗೆಯ ಆಯುಧವನ್ನು ನಮ್ಮ ಮೇಲೆ ಬೀಸದಿದ್ದರೆ ಸಾಕು'.

ಚಿಟ್ಟಿಬಾಲೆ ಕೊಂಚ ಹೊತ್ತು ಯೋಚಿಸಿದಳು. 'ಪುಟುಗೋಸಿ ಕಜ್ಜಿಗೆ ಹೆದರಿ ಇಷ್ಟು ಪುಟ್ಟ ಪ್ರಾಣಿಗಳೊಂದಿಗೆ ಯುದ್ಧ ಮಾಡುವುದೇ??.... ಛೀ ನಾಚಿಗೆ!'

ಅವಳ ತೋರುಬೆರಳ ಉಗುರು ಸಂದಿಯಲ್ಲಿ ಮೊಣಕಾಲೂರಿ, ಹೇನರಸ ಮತ್ತು ರಾಣಿ ಕಂಗಾಲಾಗಿ ಕುಳಿತಿದ್ದರು. ಕೈ ಜೋಡಿಸಿದ್ದರು. ಪಾಪದವರಂತೆ ಕುಳಿತಿದ್ದ ಅವರನ್ನು ಕಂಡು ಚಿಟ್ಟಿಗೆ ಸಂಕಟವಾಯಿತು.

'ಹೆದರಬೇಡಿ. ನಾನಿದ್ದೇನೆ. ಚಿಂತೆ ಬಿಡಿ' ಎಂದಳು.

ಯಾವ ಶರ್ತವನ್ನೂ ಹಾಕದೆ ತಮ್ಮನ್ನು ಕಾಪಾಡಲು ಒಪ್ಪಿದ ಚಿಟ್ಟಿಯನ್ನು ಪದೇ ಪದೇ ವಂದಿಸಿದರು ಹೇನರಸ ಮತ್ತು ರಾಣಿ.

'ಇನ್ನು ನೀವು ಹೋಗಿ' ಎಂದು ತನ್ನ ಅಂಗೈಯನ್ನು ಹಣೆಯ ಮೇಲಿರಿಸಿಕೊಂಡಳು ಚಿಟ್ಟಿ. ವಿಮಾನದಿಂದ ಇಳಿದವರಂತೆ ಅವಳ ತೋರು ಬೆರಳಿಂದ ಇಳಿದು ಕೂದಲ ಕಾಡೊಳಗೆ ಅವರಿಬ್ಬರೂ ಮಾಯವಾದರು.

ಪೂರ್ತಿ ಬೆಳಗಾಯಿತು. ಹಕ್ಕಿಪಕ್ಕಿಗಳೂ ಎದ್ದು ಆಹಾರ ತರಲು ಹೋಗಿಯಾಗಿತ್ತು. ಚಿಟ್ಟಿ ಎದ್ದಳು. ಹಲ್ಲುಜ್ಜಿ ಮೋರೆ ತೊಳೆದಳು. ಅಮ್ಮ ಅವಳಿಗೆ ಸ್ನಾನ ಗೀನ ಮಾಡಿಸಿ, ತಿಂಡಿಯನ್ನೂ ಕಾಯಿಸಿದ ಹಾಲನ್ನೂ ಕೊಟ್ಟಳು. ಈಗ ಜಡೆ ಕಟ್ಟಬೇಕು ಎಂದು ಎಣಿಸಿ 'ಚೆನ್ನೀ, ರುಕ್ಕೀ.., ಬಾಚಣಿಗೆ ತಂದು ಹೇನು ಹೆಕ್ಕೀ...' ಎಂದು ಕೂಗಿದಳು. ಅವರಿಬ್ಬರೂ ಹಣಿಗೆ ಹೊತ್ತು ತಂದರೆ ಅಲ್ಲಿ... ಚಿಟ್ಟಿ ಇದ್ದಳೇ?

ಇಲ್ಲ.

ಚಿಟ್ಟಿ ಎಲ್ಲಿ? ಚಿಟ್ಟಿ ಎಲ್ಲಿ?

ಎಲ್ಲಿ ಚಿಟ್ಟಿ?

ಎಲ್ಲೂ ಇಲ್ಲ!

5

ಚಿಟ್ಟಿ ಎಲ್ಲಿ? ಎಲ್ಲೂ ಇಲ್ಲ.

ಮೂವರೂ ಹುಡುಕಿದರು. ಎಷ್ಟು ಹುಡುಕಿದರೂ ಎಲ್ಲಿ ಹುಡುಕಿದರೂ ಚಿಟ್ಟಿ ಇಲ್ಲ. 'ಚಿಟ್ಟೀ ಚಿಟ್ಟೀ...' ಎಷ್ಟು ಕರೆದರೂ 'ಓ' ಇಲ್ಲ, 'ಆ' ಇಲ್ಲ. ಅಮ್ಮನಿಗೆ ಚಿಂತೆಯಾಯಿತು.

'ಎಂದೂ ಇಷ್ಟು ಹೊತ್ತಿಗೆ ಎಲ್ಲಿಗೂ ಹೋಗದಿದ್ದ ಈ ಹುಡುಗಿ ಇಂದು ಎಲ್ಲಿಗೆ ಹೋದಳು?'

ಮೂವರೂ ಮನೆಯೆಲ್ಲಾ ಹುಡುಕತೊಡಗಿದರು.

ಹಾಸಿಗೆ ಇಡುವ ಮೂಲೆಯಲ್ಲಿ ಯಾರೋ ಮಿಸುಕಾಡಿದಂತೆ ಆಯಿತು.

'ಯಾರಲ್ಲಿ?'

ಪಕ್ಕನೆ ಚೆನ್ನಿ ದೃಷ್ಟಿ ಹರಿಸಿದಳು.

ಜಡೆ ತುದಿ! ಅದು ಚಿಟ್ಟಿಯದೇ ಜಡೆ ತುದಿ? ಹಾ! ನೋಡುವ.., ಮೆಲ್ಲನೆ ಸದ್ದಾಗದಂತೆ ನಡೆದು ಹತ್ತಿರ ಹೋದಳು ಚೆನ್ನಿ.

'ಅಮ್ಮಮ್ಮಾ!ಹೌದೇ! ಇದು ಅವಳದೇ ಜಡೆ!ಇಲ್ಲಿರುವಳು ಚಿಟ್ಟಿ!'

ಚೆನ್ನಿ ಅವಳನ್ನು ಕರೆದಳು.

ಊಹೂಂ. ಈಗಲೂ ಅವಳು 'ಓ' ಎನ್ನಲಿಲ್ಲ.

'ಈಚೆ ಬಾ' ಎಂದರೆ ಬರಲಿಲ್ಲ.

'ಇಲ್ಲಿ ಯಾಕಿದ್ದೀ' ಅಂದರೆ ಮಾತಾಡಲಿಲ್ಲ.

ಆಗ ಚೆನ್ನಿ ಅವಳ ಕೈಹಿಡಿದು ಒತ್ತಾಯದಿಂದ ಈಚೆಗೆ ಕರೆದುಕೊಂಡು ಬಂದಳು.

'ಅರರೆ ಹುಡುಗಿ! ಏನಿದು ಇವತ್ತು ಈ ವಿಚಿತ್ರ...!' ಕೇಳಿದಳು ಅಮ್ಮ.

'ತಲೆ ಬಾಚುವುದು ಬೇಡಾ...' ರಾಗವೆಳೆದಳು ಚಿಟ್ಟಿ.

ಕೆನ್ನೆ ಉಬ್ಬಿತ್ತು. ಕಣ್ಣಲ್ಲಿ ದುಃಖವಿತ್ತು.

'ಮಕ್ಕಳು ಹೇಳಿದ ಹಾಗೆ ನಾವು ಕೇಳುವುದೋ, ಅಥವಾ ನಾವು ಹೇಳಿದ ಹಾಗೆ ಮಕ್ಕಳು ಕೇಳಬೇಕೋ? ಅಪ್ಪೋರೆ ಅವಳು ಜೋರಾದ್ದೇ...!' ಮೂಗಿನ ಮೇಲೆ ಬೆರಳಿರಿಸಿ ಗದರಿದಳು ಅಮ್ಮ.

ಏನೆಂದರೂ ಚಿಟ್ಟಿ ಹಿಡಿದ ಹಠ ಬಿಡಲಿಲ್ಲ. ಅಳಲು ತೆರೆದ ಬಾಯಿಯನ್ನು ಮುಚ್ಚಲೂ ಇಲ್ಲ.

ಅಮ್ಮನಿಗೆ ಸಿಟ್ಟು ಬಂತು. ಕಣ್ಣು ದೊಡ್ಡದು ಮಾಡಿ 'ಗೊತ್ತ? ಎಲ್ಲ ಹೇನುಗಳೂ ಸೇರಿ ನಿನ್ನನ್ನು ಕೊಂಡೊಯ್ದು ಹೊಳೆಗೆ ಹೊತ್ತು ಹಾಕುತ್ತವೆ!...' ಎಂದು ಹೆದರಿಸಿದಳು.

ಚಿಟ್ಟಿಗೆ ಹೆದರಿಕೆಯಾದರೂ ಹಿಡಿದ ಹಠ ಬಿಟ್ಟಳೇ? ಇಲ್ಲ.

'ಹಾಕಲಿ' ಎಂದಳು.

'ತಲೆ ತುಂಬಾ ಕಚ್ಚಿ ಕಜ್ಜಿ ಮಾಡುತ್ತವೆ'.

'ಮಾಡಲಿ'.

'ರಸಿಗೆ ತುಂಬಿ ತಲೆಯೆಲ್ಲಾ ವಾಸನೆ ಬರುತ್ತದೆ. ಇಸ್ಸಿ'.

'ವಾಸನೆ ಬರಲಿ'.

'ತಡಿ. ಹಾಗಾದರೆ, ಕೂದಲೆಲ್ಲಾ ಬೋಳಿಸಿ ಬೋಳುಮಂಡೆ ಮಾಡಿಬಿಡುತ್ತೇನೆ'.

'ಮಾಡು' ಎನ್ನಲಾರಳು ಚಿಟ್ಟಿ.

ಆದರೂ ಹಿಡಿದ ಹಠ ಬಿಟ್ಟಳೇ? ಇಲ್ಲ. ಇಲ್ಲ.

ಆದರೆ ಅಮ್ಮ ಕೇಳುವಳೇ? ಮತ್ತೂ ಇಲ್ಲ. ಇಲ್ಲವೇ ಇಲ್ಲ.

'ರುಕ್ಕೀ, ಚೆನ್ನೀ...,ಬಾಚಣಿಗೆ ಹೊತ್ತು ತನ್ನೀ...,' ಎಂದಳು.

ಆಗ ಚೆನ್ನಿ ಮತ್ತು ರುಕ್ಕಿ ಬಾಚಣಿಗೆಯನ್ನು ಹೊತ್ತು ತಂದರು.

ಅವಳ ತಲೆಯ ಮೇಲಿಟ್ಟು 'ಸ್ಸೂ ಸ್ಸೂ' ಎಂದು ರಾಗವೆಳೆಯುತ್ತ ಬಾಚಿದರು.

ಆದರೆ, ಅವರು ಬಾಚುವಾಗ ಚಿಟ್ಟಿ ಗಡಗಡೆಂದು ತಲೆ ಅಲ್ಲಾಡಿಸಿಬಿಟ್ಟಳು.

ಬಾಚಣಿಗೆಯ ದವಡೆಯಲ್ಲಿ ಸಿಕ್ಕಿಬಿದ್ದ ಹೇನುಗಳೆಲ್ಲ ಬುರುಬುರು ಉದುರಿ ಕೂದಲ ಕಾಡೊಳಗೆ ತಪ್ಪಿಸಿಕೊಂಡುಬಿಟ್ಟವು.

ಹೀಗೆ ಐದಾರು ಬಾರಿ ಆಯಿತು.

ಚಿಟ್ಟಿಯ ಅಮ್ಮನಿಗೆ ಸಿಟ್ಟು ತಡೆಯದಾಯಿತು.

ದೇವರಂತೆ ಸುಮ್ಮನೆ ಕುಳಿತಿರುತ್ತಿದ್ದ ಹುಡುಗಿಗೆ ಈಗ ಏನಾಯಿತು? ಛಟೀಲ ಒಂದು ಪೆಟ್ಟು ಕೊಟ್ಟಳು.

ಚಿಟ್ಟಿ ಮತ್ತೂ ದೊಡ್ಡದಾಗಿ ಬಾಯಿ ಕಳೆದು ಅತ್ತಳೇ ವಿನಃ ಹೇನು ತೆಗೆಯಲು ಬಿಡಲಿಲ್ಲ.

ತಪ್ಪಿಸಿಕೊಂಡು ಓಡುವ ಹೇನುಗಳ ಕಾಲಿನ ತುಳಿತದಿಂದ ತಲೆ ತುರಿಸುತ್ತಿದ್ದರೂ ಅಮ್ಮನೆದುರು ತುರಿಸಿಕೊಳ್ಳಲಿಲ್ಲ.

ಕಜ್ಜಿಯ ಮೇಲೆ ಹೇನುಗಳು ನಾಗಾಲೋಟದಿಂದ ಓಡುವಾಗ ನೋವೊ ನೋವಾದರೂ ಆಯ್ ಎನ್ನಲಿಲ್ಲ!

ಅಮ್ಮ ಸ್ವಲ್ಪ ಹೊತ್ತು ಸುಮ್ಮನೆ ಕುಳಿತು ಯೋಚಿಸಿದಳು.

ಕಡೆಗೆ ಚೆನ್ನಿ ಮತ್ತು ರುಕ್ಕಿಯರ ಬಳಿ ಏನೋ ಗುಟ್ಟು ಹೇಳಿದಳು.

ಅವರು ಎದ್ದು ಹೋದರು.

ಬರುವಾಗ ಒಂದು ಮಿಳ್ಳೆ ತುಂಬ ಔಷಧದ ಎಣ್ಣೆ ತಂದರು. ಚಿಟ್ಟಿ ತಲೆ ಅಲ್ಲಾಡಿಸುತ್ತಿದ್ದಂತೆಯೇ ಕೂದಲ ಸಂದಿಸಂದಿಯಲ್ಲಿ ಧಾರಾಳವಾಗಿ ಎಣ್ಣೆ ಸವರತೊಡಗಿದಳು ಅಮ್ಮ.

ಇತ್ತ ಕೂದಲ ಕಾಡಿನಲ್ಲಿ ಮೋಜು ಮೇಜವಾನಿ.

ಬಾಚಣಿಗೆ ಯುದ್ಧದಲ್ಲಿ ನಾಲ್ಕೈದು ಬಾರಿ ಹೋರಾಡಿ ಗೆದ್ದು ಜೀವಂತವಾಗಿ ಮನೆಗೆ ಮರಳಿದವರಿಗಾಗಿ ಹೇನು ಪರಿವಾರದವರೆಲ್ಲ ಖುಷಿ ಆಚರಿಸುತ್ತಿದ್ದರು. ಆ ಖುಷಿಗೆ ಮತ್ತಷ್ಟು ಖುಷಿ ಬೆರೆಸಲೋ ಎಂಬಂತೆ ಎಣ್ಣೆಯ ಹೊಳೆ ಹರಿಯಿತು.

'ಆಹಾ!! ಇದೇನು? ಹೊಳೆ! ಪಾನೀಯದ ಹೊಳೆ!' ಆಶ್ಚರ್ಯಪಟ್ಟವು ಹೇನುಗಳು.

ಚಿಟ್ಟಿಯ ಅಮ್ಮ ಎಣ್ಣೆಯನ್ನು ಹಚ್ಚುಹಚ್ಚುತ್ತಿದ್ದಂತೆಯೇ ಗಟಗಟ ಕುಡಿದವು. ಕುಡಿದೂ ಕುಡಿದವು. ಕುಡಿದೂ ಕುಡಿದೂ ಹೊಟ್ಟೆ ಡೋಲಾಯಿತು. ಕಣ್ಣು ಮಾಲಿತು. ಎಲ್ಲೆಂದರಲ್ಲಿ ಒರಗಿಕೊಂಡವು.

ಇದನ್ನೇ ಕಾಯುತ್ತಿದ್ದ ಚೆನ್ನಿ ಮತ್ತು ರುಕ್ಕಿ ಚಿಟ್ಟಿಯನ್ನು ಪುನಃ ಸ್ನಾನಕ್ಕೆ ಕರೆದುಕೊಂಡು ಹೋದರು. ತಲೆಯ ಮೇಲೆ ನೀರು ಸುರಿದೇ ಸುರಿದರು.

ಅದಾಗಲೇ ಹೊಟ್ಟೆ ಡೋಲಾಗಿ ಕಣ್ಣು ಮಾಲಾಗಿ ಅಲ್ಲಲ್ಲೇ ಒರಗಿದ ಹೇನುಗಳ ಮೇಲೆ ದೊಪದೊಪನೆ ಜಲಪಾತ ಧುಮ್ಮಿಕ್ಕಿದಂತಾಗಿ ಎಷ್ಟೋ ಹೇನುಗಳು ಕೊಚ್ಚಿ ಹೋದವು. ಹಲವು ಅರೆಜೀವವಾದವು. ಕೆಲವು ಹಾಗೆಹಾಗೆಯೇ ಸತ್ತೂ ಹೋದವು.

ತಲೆ ಒರೆಸಿ ಒಣಗಿಸಿದಳು ರುಕ್ಕಿ.

ಸಾಯದೆ ಉಳಿದ ಹೇನುಗಳನ್ನು ಹೆಕ್ಕೀ ಹೆಕ್ಕೀ ತೆಗೆದಳು. ಚಿಟ್ ಚಿಟ್ ವರೆದಳು.

ವರೆಯುವಾಗ ಪ್ರತಿಯೊಂದರಿಂದಲೂ ರಕ್ತ ಚಿಮ್ಮುತ್ತಿತ್ತು. 'ಮುದ್ದು ಚಿಟ್ಟೀ ಇದು ನಿನ್ನ ರಕ್ತ! ನಿನ್ನ ರಕ್ತ ಹೀರಿ ಅವು ಬದುಕುತಿದ್ದವು ಕಂಡೆಯಾ!' ಎಂದು ಚಿಟ್ಟಿಗೆ ತೋರಿಸಿದಳು.

56   ನರಿಗಳಿಗೇಕೆ ಕೋಡಿಲ್ಲ?

ಅಬ್ಬಬ್ಬಾ! ಗಾಬರಿಯಾದಳು ಚಿಟ್ಟಿ.

ಆಗಲೇ ಹೇನೊಂದು ಅವಳ ತಲೆಯಲ್ಲಿ ಗುಡುಗುಡುಗುಡು ಓಡಿತು.

ತಲೆ ಜೋರು ತುರಿಸಿತು.

ಈ ಬಾರಿ ಸುಮ್ಮನಿರದೆ 'ಅಮ್ಮ, ಇನ್ನೂ ಒಂದಿದೆ. ಓಡುತ್ತಿದೆ. ಅಗ ಅಗ ಅಗ ...... ಹಿಡಿ ಹಿಡಿ' ಎಂದು ಕೂಗಿದಳು.

ಚಾಟಿ ಬಿಲ್ಲು ಗೋವಿಂದಣ್ಣ

– ನಾ. ಡಿಸೋಜ

ಪೇಟೆಯಿಂದ ನಮ್ಮ ಬೀದಿಗೆ ಗೋವಿಂದಣ್ಣ ಬಂದ.

ಈ ಗೋವಿಂದಣ್ಣ ಪಾರ್ವತಮ್ಮನ ಅಣ್ಣ. ಬಂದವನೇ ಕೇರಿ ಹುಡುಗರನ್ನೆಲ್ಲಾ ಸೇರಿಸಿದ. ಅವರಿಗೆ ಯಾವುದೋ ಆಟ ಹೇಳಿಕೊಟ್ಟ. ಹಾಡು ಹೇಳಿಕೊಟ್ಟ. ಗಾದೆ ಮಾತುಗಳನ್ನು ಕಲಿಸಿದ. ಒಗಟು ಬಿಡಿಸಲು ಹೇಳಿದ. ಲೆಕ್ಕ ಬಿಡಿಸಿ ಎಂದ. ಹುಡುಗರನ್ನು ಆಕರ್ಷಿಸುವ ಕಲೆ ಅವನಿಗೆ ಗೊತ್ತಿತ್ತು.

'ಗೋವಿಂದಣ್ಣ.... ಗೋವಿಂದಣ್ಣ....' ಬಂದ ಹುಡುಗರೆಲ್ಲ ಅವನ ಹಿಂದೆ ತಿರುಗಾಡಿದರು. ಒಂದು ದಿನ ಗೋವಿಂದಣ್ಣ..... 'ನಿಮಗೆ ಚಾಟಿ ಬಿಲ್ಲು ಗೊತ್ತೇ?' ಎಂದು ಕೇಳಿದ.

'.....ಹೌದು'.

'ಗೊತ್ತು, ಆದರೆ ಮಾಡೋಕೆ ಬರೋದಿಲ್ಲ.... ಅಂಗಡೀಲಿ ಯಾರೂ ಮಾರೋದಿಲ್ಲ' ಎಂದರು ಹುಡುಗರು.

'ನಾನು ಮಾಡಿಕೊಡತೀನಿ' ಎಂದ ಗೋವಿಂದಣ್ಣ.

'ಹೋ! ಚಾಟಿ ಬಿಲ್ಲು.... ಚಾಟಿ ಬಿಲ್ಲು...' ಎಂದು ಹುಡುಗರು ಅವನ ಬೆನ್ನ ಬಿದ್ದರು.

ಮೊದಲು ಗೋವಿಂದಣ್ಣ ಕವೆ ಕೋಲೊಂದನ್ನು ಹುಡುಕಿ ತಂದ. ಕವೆಯ ಎರಡೂ ತುದಿಗಳನ್ನ ಕೆತ್ತಿದ. ಕೆಳಗಿನ ತುದಿಯನ್ನು ಸರಿಪಡಿಸಿದ. ಸುತ್ತ ಕುಳಿತ ಹುಡುಗರು ನೋಡತೊಡಗಿದರು. ರಬ್ಬರಿನ ಎರಡು ಬೆರಳ ಅಗಲದ ಪಟ್ಟಿ ಮಾಡಿಕೊಂಡ. ರಬ್ಬರಿನ ಎಳೆ ಮಾಡಿ ಎಳೆಯಿಂದ ಬಲವಾಗಿ ಎರಡು ಕವೆಗಳಿಗೆ ರಬ್ಬರ್ ಪಟ್ಟಿ ಕಟ್ಟಿದ.

58   ನರಿಗಳಿಗೇಕೆ ಕೋಡಿಲ್ಲ?

ಪಟ್ಟಿಯ ಈ ತುದಿಗೆ ಅವನೇ ಕುಳಿತು ಬಟ್ಟೆಯ ಪೌಚ್ ಮಾಡಿ ಕಟ್ಟಿದ. ಕೆಲವೇ ನಿಮಿಷಗಳಲ್ಲಿ ಚಾಟಿ ಬಿಲ್ಲು ಸಿದ್ಧವಾಯಿತು.

ಹುಡುಗರು ದಪ್ಪ ದಪ್ಪ ಕಲ್ಲು ಆರಿಸಿ ತಂದರು. ಒಂದು ಕಲ್ಲನ್ನು ಪೌಚಿನಲ್ಲಿ ಇರಿಸಿದ. ಕವೆಯ ಕೆಳಭಾಗವನ್ನು ಎಡಗೈಯಲ್ಲಿ ಬಲವಾಗಿ ಹಿಡಿದ. ಬಲಗೈಯಿಂದ ಪೌಚನ್ನೂ ಅದನ್ನು ಮೂಗಿನವರೆಗೆ ಎಳೆದ. ರಬ್ಬರಿನ ಪಟ್ಟಿಗಳು ಎಳೆದಷ್ಟೂ ಉದ್ದವಾದುವು. ಮುಂದಿನ ಮಾವಿನ ಮರಕ್ಕೆ ಗುರಿ ಇರಿಸಿ ಕಲ್ಲು ತೂರಿದ. ಚಾಟಿ ಬಿಲ್ಲಿನ ಕಲ್ಲು ಸುರುಗಟ್ಟಿಕೊಂಡು ಹೋಯಿತು. ಬರ್ ಎಂದು ಕಲ್ಲು ಮಾವಿಗೆ ಬಡಿಯಿತು. ಮಾವು ಕೆಳಬಿದ್ದು ನಾಲ್ಕು ಹೋಳಾಯಿತು.

ಹುಡುಗರು ಹೋ ಎಂದರು. ಗೋವಿಂದಣ್ಣ ಅವರ ಪಾಲಿಗೆ ಹೀರೋ ಆಗಿಬಿಟ್ಟ. ಈಗ ಅವನಿಗೆ ಚಾಟಿ ಬಿಲ್ಲು ಮಾಡುವುದೇ ಕೆಲಸ.

ಯಾರೋ ಕೋವೆ ಕಡ್ಡಿ ತಂದರು. ಮತ್ತೆ ಯಾರೋ ರಬ್ಬರ್ ತಂದರು. ಇನ್ನೊಬ್ಬರು ಪೌಚ್‌ಗೆ ಬಟ್ಟೆ ತಂದರು. ಪಾರ್ವತಮ್ಮನ ಕಟ್ಟೆಯ ಮೇಲೆ ಕುಳಿತು ಗೋವಿಂದಣ್ಣ ಚಾಟಿ ಬಿಲ್ಲು ಮಾಡಿದ. ನಾಗರಾಜನಿಗೆ ಚಾಟಿ ಬಿಲ್ಲು, ಚೆಡ್ಡಿ ರಾಜುಗೆ ಚಾಟಿ ಬಿಲ್ಲು.....

ನಮ್ಮ ಬೀದಿಯ ನಾಗರಾಜ, ರಾಜು, ಇದ್ರೂಸ, ಇನಾಸ, ಫಕೀರ, ಗೋಪಾಲ, ಗೋವಿಂದ, ಪ್ರಸನ್ನ ಎಲ್ಲರೂ ಕೈಗಳಲ್ಲಿ ಚಾಟಿ ಬಿಲ್ಲು ಹಿಡಿದು ಹೊರಟರು. ಜೊತೆಗೆ ಕುತ್ತಿಗೆಗೊಂದು ಚೀಲ. ಅದರಲ್ಲಿ ದುಂಡನೆಯ ಕಲ್ಲುಗಳು.

ಈ ಹುಡುಗರ ದಂಡು ಬೀದಿ, ತೋಟ, ಹೊಲ, ಮೈದಾನ, ಶಾಲೆ, ಬಸ್‌ಸ್ಟ್ಯಾಂಡ್ ಎಂದೆಲ್ಲ ತಿರುಗಾಡಿತು. ಹಾಗೆ ಹೊಡಿ, ಹೀಗೆ ಹೊಡಿ ಎಂದು ಬೊಬ್ಬೆ ಹೊಡೆದರು.

ಮೊದಲು ಬೀದಿ ನಾಯಿಗಳೆಲ್ಲ ಕಲ್ಲೇಟಿಗೆ ಗುರಿಯಾದವು. ಬೆಕ್ಕುಗಳು ತಪ್ಪಿಸಿಕೊಳ್ಳಲಿಲ್ಲ. ಕೋಳಿ ಪಿಳ್ಳೆಗಳು ಕಂಗಾಲಾಗಿ ಓಡಿದವು. ಅದು ಯಾರೋ ಬಿಟ್ಟ ಕಲ್ಲಿಗೆ ಬೀದಿ ದೀಪ ಛಳ್ ಎಂದಿತು. ಮಾವಿನಕಾಯಿ ಉದುರಿತು. ಗುಬ್ಬಿ ಕಾಗೆಗಳು ಗಾಬರಿಯಾದವು.

'ನನ್ನ ಗುರಿ ನೋಡು' ಎಂದ ಫಕೀರ ಪಾರಿವಾಳಗಳನ್ನು ಓಡಿಸಿದ.

ಮನೆ ಕಟ್ಟೆಯ ಮೇಲೆ ಕುಳಿತ ಸೂರಜ್ಜ, 'ಹುಡುಗ್ರ.... ಯಾರದ್ದಾದರು ಕಣ್ಣಿಗೆ ತಾಕೀತು.....' ಎಂದು ಎಚ್ಚರಿಸಿದ.

ಹುಡುಗರು ಕೇಳಲಿಲ್ಲ. ಚಾಟಿ ಬಿಲ್ಲು ಕೈಗೆ ಸಿಕ್ಕಿದ್ದು ಅವರ ಉತ್ಸಾಹ ಜಾಸ್ತಿಯಾಗಿತ್ತು. ಚಾಟಿ ಬಿಲ್ಲನ್ನು ತಿರುಗಿಸುತ್ತ ಅವರು ಕೇರಿ ತುಂಬ ತಿರುಗಾಡಿದರು.

* * *

ಪಾರ್ವತಮ್ಮನ ಮನೆಯ ಬೇಲಿ ಗೂಟದ ಮೇಲೊಂದು ಮೈನಾ ಹಕ್ಕಿ, ಚೆಡ್ಡಿ ರಾಜು ನೋಡಿಬಿಟ್ಟ. ನೇರವಾಗಿ ಮೈನಾ ಹೊಟ್ಟೆಗೆ ಗುರಿ ಹಿಡಿದು ರಾಜು ಕಲ್ಲು ಬಿಟ್ಟ. ಕಲ್ಲು ಸರ್ರೆಂದು ಹೊರಟಿತು. ಬೇಲಿ ಗೂಟದ ಮೇಲೆ ಕುಳಿತ ಮೈನಾ ಹಾರಿತು. ಮನೆ ಜಗಲಿ ಮೇಲೆ ಕುಳಿತ ಪಾರ್ವತಮ್ಮನಿಗೆ ಕಲ್ಲು ತಗುಲಿತು. 'ಅಯ್ಯಯ್ಯೋ.... ದೇವರೇ' ಎಂದು ಅವಳು ಬೊಬ್ಬೆ ಹೊಡೆದಳು. ದಳ ದಳ ಎಂದು ಅವಳ ಕೆನ್ನೆಯಿಂದ ರಕ್ತ ಹರಿಯಿತು.

'ನನ್ನ ಕಣ್ಣು ಹೋಯಿತು.... ನನ್ನ ಕಣ್ಣು ಹೋಯಿತು....' ಎಂದು ಅವಳು ಕೂಗಿದ್ದು ಕೇರಿಗೆಲ್ಲಾ ಕೇಳಿಸಿತು.

ಚೆಡ್ಡಿ ರಾಜು ಹೆದರಿ ಎಲ್ಲಿಗೋ ಓಡಿಹೋದ. ಕೇರಿ ಜನ ಎಲ್ಲಾ ಅಲ್ಲಿ ಸೇರಿದರು. ಗೋವಿಂದಣ್ಣನೂ ಓಡಿಬಂದ. ಪಾರ್ವತಮ್ಮನ ಕಣ್ಣಿಗೆ ಏನೂ ಆಗಿರಲಿಲ್ಲ. ಕೆನ್ನೆಗೆ ಗಾಯವಾಗಿತ್ತು. ಡಾಕ್ಟರ್ ಬ್ಯಾಂಡೇಜ್ ಕಟ್ಟಿದರು.

ಸೂರಜ್ಜ ಗೋವಿಂದಣ್ಣನನ್ನು ಬೈಯ್ದ.

'ಹುಡುಗರಿಗೆಲ್ಲಾ ಆ ಹಾಳು ಚಾಟಿ ಬಿಲ್ಲನ್ನು ಯಾಕಯ್ಯ ಮಾಡಿಕೊಟ್ಟೆ, ಈಗ ನೋಡು....'

ಗೋವಿಂದಣ್ಣ ಮನೆ ಮನೆಗೆ ನುಗ್ಗಿದ. ಮಕ್ಕಳ ಕೈಯಲ್ಲಿದ್ದ ಚಾಟಿ ಬಿಲ್ಲುಗಳನ್ನೆಲ್ಲಾ ಕಿತ್ತುಕೊಂಡ. 'ಇನ್ನು ಯಾರಾದರೂ ಚಾಟಿ

ಚಾಟಿ ಬಿಲ್ಲು ಗೋವಿಂದಣ್ಣ   61

ಬಿಲ್ಲು ಅಂದರೆ ಕೈಮುರಿತೀನಿ' ಎಂದ.

ಅಷ್ಟೂ ಚಾಟಿ ಬಿಲ್ಲುಗಳನ್ನು ಅವನು ತೆಗೆದುಕೊಂಡು ಹೋದ. ಶಾಲೆಯ ಹಿಂಬದಿಯಲ್ಲಿ ಒಂದು ಹಳೇ ಬಾವಿಯಿತ್ತು. ಆ ಬಾವಿಗೆ ಹಾಕಿದ.

ನಾಗರಾಜ, ರಾಜು, ಇದ್ರೂಸ, ಇನಾಸ್, ಫಕೀರ, ಸಂತೋಷ ಎಲ್ಲಾ ಪೆಚ್ಚಾಗಿ ನೋಡುತ್ತಾ ನಿಂತರು. ಹೀಗೆ ಚಾಟಿ ಬಿಲ್ಲು ನಮ್ಮ ಬೀದಿಗೆ ಬಂದಷ್ಟೇ ವೇಗವಾಗಿ ಕಾಣೆಯಾಯಿತು.

ಈಗಲೂ ಪಾರ್ವತಮ್ಮನನ್ನು ನೋಡಿದರೆ ನಮ್ಮ ಬೀದಿ ಹುಡುಗರು ಹೆದರುತ್ತಾರೆ.

ದೆವ್ವದ ಮನೆ

– ಶಂ.ಗು. ಬಿರಾದಾರ

ಸಂಜೆಯ ಸಮಯ. ಮನೆಯ ಕೈತೋಟದ ಹಸಿರು ಹುಲ್ಲಿನ ಮೇಲೆ ನಾನು ಹೋಗಿ ಕುಳಿತೆ. ಅಷ್ಟರಲ್ಲಿ ಮೊಮ್ಮಗ ಗುರುಪ್ರಸಾದ ಅಂಚೆಯವನು ಕೊಟ್ಟ ಕಾಗದಗಳನ್ನು ತಂದು ನನ್ನ ಕೈಯಲ್ಲಿಟ್ಟ. ಒಳಕೋಣೆಯಲ್ಲಿದ್ದ ಕನ್ನಡಕ ತಂದು ಕೊಡಲು ಅವನಿಗೆ ಹೇಳಿದೆ.

'ಒಳಗೆ ಅಂಜಿಕೆ ಬರುತ್ತಿದೆ ಅಜ್ಜಾ ನಾನೊಲ್ಲೆ' ಎಂದ.

'ಯಾಕೆ ಅಂಜುತ್ತಿ! ಅಲ್ಲೇನಿದೆ?' ಎಂದೆ ನಾನು.

'ಕತ್ತಲಲ್ಲಿ ದೆವ್ವ ಇರುತ್ತದಂತೆ!' ಗುರು ಕಣ್ಣು–ಬಾಯಿ ಅಗಲಿಸಿ ಹೇಳಿದ.

ಮೊಮ್ಮಗನ ಈ ಮಾತಿಗೆ ನಾನು ನಕ್ಕೆ.

ಅಲ್ಲಿಯೇ ಇದ್ದ ಹೇಮಾವತಿ, 'ನಾನು ಕನ್ನಡಕ ತಂದು ಕೊಡುತ್ತೇನೆ ಅಜ್ಜಾ; ಆದರೆ..' ಎಂದು ರಾಗ ಎಳೆದಳು.

'ಆದರೆ – ಏನು ಮಗು?' ನಾನು ಕೇಳಿದೆ.

'ನೀನು ಕತೆ ಹೇಳಬೇಕು' ಗೋಣು ಹಾಕಿ ನಕ್ಕಳು. ನಾನೂ ನಕ್ಕು ಒಪ್ಪಿಗೆ ಸೂಚಿಸಿದೆ.

ಕನ್ನಡಕ ಬಂದ ಮೇಲೆ ಪತ್ರಗಳನ್ನು ಓದಿದೆ.

ಅಷ್ಟರಲ್ಲಿ ಹತ್ತಾರು ಮಕ್ಕಳು ಕತೆ ಕೇಳಲು ನನ್ನ ಸುತ್ತಲೂ ಬಂದು ಕುಳಿತಿದ್ದರು.

ನೋಡಿ ಮಕ್ಕಳೆ, ನಾನು ಹೇಳುವ ಕತೆ ಕಾಗೆ–ಗುಬ್ಬಿಯದಲ್ಲ, ರಾಜ–ರಾಣಿಯರದಲ್ಲ, ಬ್ರಹ್ಮರಾಕ್ಷಸನದೂ ಅಲ್ಲ. ನನ್ನ ಬಾಲ್ಯ ಜೀವನದಲ್ಲಿ

ದೆವ್ವದ ಮನೆ 63

64 ನರಿಗಳಿಗೇಕೆ ಕೋಡಿಲ್ಲ?

ನಡೆದದ್ದು. ಬಹಳ ಹಿಂದಿನ ಕಾಲದ ಸತ್ಯ ಘಟನೆ.

ನಾನು ಆಗ ಏಳನೆಯ ತರಗತಿಯಲ್ಲಿ ಓದುತ್ತಿದ್ದೆ. ಪರೀಕ್ಷೆಗೆ ಇನ್ನು ಒಂದು ತಿಂಗಳು ಮಾತ್ರವಿತ್ತು. ಆಗ ಏಳನೆಯ ವರ್ಗದ ಪರೀಕ್ಷೆಗೆ ಮುಲ್ಕೀ ಪರೀಕ್ಷೆ ಎಂದು ಕರೆಯುತ್ತಿದ್ದರು. ಈ ಪರೀಕ್ಷೆಗೆ ಬಹಳ ಮಹತ್ವವಿತ್ತು. ನಮ್ಮ ಭಾಗದಲ್ಲಿ ವಿಜಾಪುರ ನಗರವೊಂದೇ ಪರೀಕ್ಷಾ ಕೇಂದ್ರವಾಗಿತ್ತು. ದೂರದ ಊರುಗಳಿಂದ ಮಕ್ಕಳು ಪರೀಕ್ಷೆಗಾಗಿ ಇಲ್ಲಿಗೆ ಬರುತ್ತಿದ್ದರು.

ನಮ್ಮ ಗ್ರಾಮದಲ್ಲಿ ನಾನು ಮತ್ತು ಗೆಳೆಯ ಮಲ್ಲಪ್ಪ ಜಾಣ ವಿದ್ಯಾರ್ಥಿಗಳೆಂದು ಕರೆಯಿಸಿಕೊಳ್ಳುತ್ತಿದ್ದೆವು. ನಮ್ಮಿಬ್ಬರಿಗೂ ಮುಲ್ಕೀ ಪರೀಕ್ಷೆಯಲ್ಲಿ ಹೆಚ್ಚು ಅಂಕಗಳನ್ನು ಪಡೆಯುವ ಹಂಬಲ. ಅಂತೆಯೆ ವಿಜಾಪುರದಲ್ಲಿ ಉತ್ತಮ ಶಿಕ್ಷಕರಿಂದ ಪಾಠ ಹೇಳಿಸಿಕೊಳ್ಳಲು ನಿರ್ಧರಿಸಿ ದೆವು. ನಾವಿಬ್ಬರೂ ವಿಜಾಪುರಕ್ಕೆ ಬಂದ ಮೇಲೆ ಒಂದೆರಡು ದಿನ ಗೆಳೆಯರ ಕೋಣೆಯಲ್ಲಿದ್ದೆವು, ನಂತರ ಬೇರೆ ಕೋಣೆ ಹುಡುಕಲು ಆರಂಭಿಸಿದೆವು. ಕೊನೆಗೊಂದು ದಿನ ಕೋಣೆ ಸಿಕ್ಕಿತು. ಆಗ ತಿಂಗಳಿಗೆ ನಾಲ್ಕು ರೂಪಾಯಿ ಬಾಡಿಗೆ ಮಾತ್ರವಿತ್ತು. ಮರುದಿನವೇ ನಾವಿಬ್ಬರು ಆ ಕೋಣೆಗೆ ಹೋಗಲು ನಿರ್ಧರಿಸಿದೆವು.

ಆದರೆ ಕೆಲವು ಗೆಳೆಯರು, 'ಆ ಕೋಣೆಗೆ ಹೋಗಬೇಡಿರಿ, ಅಲ್ಲಿ ದೆವ್ವ ಇದೆ. ಅದಕ್ಕಂತೆಯೇ ಆ ಕೋಣೆ ಇಲ್ಲಿಯವರೆಗೆ ಖಾಲಿ ಬಿದ್ದಿದೆ' ಎಂದು ಹೆದರಿಸಿದರು. ನನಗೆ ಸ್ವಲ್ಪ ಹೆದರಿಕೆಯಾಯಿತು.

ಗೆಳೆಯ ಮಲ್ಲಪ್ಪ ಹೆದರಲಿಲ್ಲ. 'ದೆವ್ವಗಳಿಲ್ಲವೆಂದು ನಮ್ಮ ಗುರುಗಳು ಹೇಳಿದ್ದಾರೆ. ಭೀತಿಯೇ ಭೂತ ಎಂದು ವಿವರಿಸಿದ್ದಾರೆ. ನಿಮ್ಮ ಹೇಳಿಕೆ ಸುಳ್ಳು' ಎಂದು ವಾದಿಸಿದ.

'ರಾತ್ರಿ ಡಬ್‌ಡಬ್ ಎಂದು ಸದ್ದಾಗುತ್ತದಂತೆ, ಮೂಲೆಯಲ್ಲಿ ಹೊಳೆವ ಕಣ್ಣುಗಳೆರಡು ಕಾಣುತ್ತವಂತೆ!' ಇನ್ನೊಬ್ಬ ಗೆಳೆಯ ಹೇಳಿದ.

'ಎರಡು ತಿಂಗಳ ಹಿಂದೆ ಅಲ್ಲಿದ್ದ ಹುಡುಗನೊಬ್ಬ ನಡುರಾತ್ರಿ ಯಲ್ಲಿಯೇ ಕೋಣೆಬಿಟ್ಟು ಓಡಿ ಬಂದ. ಒಂದು ವಾರದವರೆಗೆ ಅವನು ಹಾಸಿಗೆ ಹಿಡಿದಿದ್ದ' ಎಂದು ಇನ್ನೊಬ್ಬ ಮತ್ತಿಷ್ಟು ಹೆದರಿಸಿದ.

‘ಹಾಗಾದರೆ ಅಜ್ಜಾ, ನೀವು ಆ ಕೋಣೆಗೆ ಹೋಗಲಿಲ್ಲೇನು?’ ಹೇಮಂತ ದುಗುಡದಿಂದ ಪ್ರಶ್ನೆ ಹಾಕಿದ.

ಮಲ್ಲಪ್ಪ ಗಟ್ಟಿಗ; ಅಷ್ಟೇ ಹಟವಾದಿ.

ಅವನ ನಿರ್ಧಾರದಿಂದ ನಾವಿಬ್ಬರೂ ಆ ಕೋಣೆಗೆ ಹೋದೆವು. ನಮ್ಮ ಸಾಮಾನುಗಳನ್ನೆಲ್ಲ ಅಲ್ಲಿಗೆ ಸಾಗಿಸಿದೆವು, ಒಂದು ವಿಶಾಲವಾದ ಕೋಣೆ. ಅದಕ್ಕೆ ಹೊಂದಿ ಚಿಕ್ಕದಾದ ಸ್ನಾನದ ಮನೆ. ಕೋಣೆಯಲ್ಲಿ ಪುಸ್ತಕ ಹಾಗೂ ಹಾಸಿಗೆ ಸುರುಳಿಗಳನ್ನು ಹೊಂದಿಸಿ ಇಟ್ಟೆವು. ಸ್ನಾನದ ಮನೆಯ ಒಂದು ಕಡೆ ಬಕೇಟು ತಂಬಿಗೆ ತಾಟು ಹಾಗೂ ಬುತ್ತಿಡಬ್ಬಿಯನ್ನು ಸರಿಯಾಗಿ ಇಟ್ಟೆವು. ನಿತ್ಯವೂ ಊರಿನಿಂದ ಬುತ್ತಿಗಂಟು ಬರುತ್ತಿತ್ತು. ಊಟ ಮಾಡಿ ಓದುವುದೇ ನಮ್ಮ ಕಾಯಕವಾಗಿತ್ತು.

ಅಂದು ಸಾಯಂಕಾಲ ಗಣಿತ-ಶಿಕ್ಷಕರಿಂದ ಅಭ್ಯಾಸ ಹೇಳಿಸಿ ಕೊಂಡು ಬಂದೆವು. ರಾತ್ರಿ ಊಟ ಮಾಡಿ ತಾಟುಗಳನ್ನು ತೊಳೆದಿಟ್ಟು, ಉಳಿದ ಹಾಲನ್ನು ಪಾತ್ರೆಯಲ್ಲಿ ಹಾಕಿ ಮುಚ್ಚಳ ಮುಚ್ಚಿ ಅಲ್ಲಿಯೇ ಇಟ್ಟೆವು. ಕೋಣೆಯಲ್ಲಿ ಒಂದೇ ಒಂದು ವಿದ್ಯುದ್ದೀಪ. ನಮ್ಮ ಊರಲ್ಲಿ ಚಿಮಣಿ ಬೆಳಕಿನಲ್ಲಿ ಓದುತ್ತಿದ್ದೆವು. ಈ ವಿದ್ಯುದ್ದೀಪದ ಬೆಳಕು ನಮಗೆ ಭಾರೀ ಎನಿಸಿತ್ತು. ರಾತ್ರಿ ಬಹಳ ಹೊತ್ತಿನವರೆಗೆ ಓದಿದೆವು. ಎಲ್ಲಿಯದೋ ಗಂಟೆಯೊಂದು ಹನ್ನೆರಡು ಬಾರಿಸಿದ ಸದ್ದು ಕೇಳಿಸಿತು. ನನಗೂ ನಿದ್ದೆ ಬರತೊಡಗಿತು. ನೋಡಪ್ಪಾ ರಾತ್ರಿ ಏನಾದರೂ ಸದ್ದಾದರೆ ಎಚ್ಚರವಾದವರು ವಿದ್ಯುದ್ದೀಪದ ಗುಂಡಿ ಒತ್ತಬೇಕು ಎಂದೆ ನಾನು.

‘ನಿನಗಂತೂ ದೆವ್ವದ ಹೆದರಿಕೆಯೆ’ ಮಲ್ಲಪ್ಪ ನಕ್ಕ.

ದೀಪ ಆರಿಸಿ ನಾವಿಬ್ಬರೂ ಮಲಗಿಕೊಂಡೆವು. ಆದರೆ ನಿದ್ದೆಯೇ ಬರಲಿಲ್ಲ. ಗೆಳೆಯರು ಹೇಳಿದ ದೆವ್ವದ ಹೆದರಿಕೆ-ನನ್ನನ್ನು ಕಾಡುತ್ತಿತ್ತು. ಬಹಳ ಹೊತ್ತಿನ ನಂತರ ನಿದ್ದೆ ಆವರಿಸತೊಡಗಿತು. ‘ಝಣ್..... ಝಣ್.....’ ಎಂದು ಸ್ನಾನದ ಕೋಣೆಯ ಕಡೆಯಿಂದ ಸದ್ದು.....!

ಹೆದರಿಕೆಯಿಂದ ಎದೆ ಬಡಿದುಕೊಳ್ಳುತ್ತಿದ್ದರೂ ದಿಗ್ಗನೆ ಎದ್ದು ವಿದ್ಯುತ್ ಗುಂಡಿ ಒತ್ತಲು ಹೋದೆ.

ಗುಂಡಿ ಹತ್ತಿರ ಕೈ ಒಯ್ದಾಗ ನನ್ನ ಕೈಗೆ ಇನ್ನೊಂದು ಕೈ ತಾಕಿತು.

'ಅಯ್ಯಯ್ಯೋ!' ಎಂದು ಚೀರಿ ಕೆಳಗೆ ಬಿದ್ದೆ.

ನನ್ನ ಎದುರು ಕೂಡಾ 'ಹಾಹಾಹಾ.....' ಎಂದು ಹೆದರಿದ ದನಿ ಕೇಳಿಸಿತು.

'ಶಂಕರಾ' ಎಂಬ ಮಲ್ಲಪ್ಪನ ದನಿ ಕೇಳಿ ಚೇತರಿಸಿಕೊಂಡು ಎದ್ದು ಕುಳಿತೆ.

ಅಷ್ಟರಲ್ಲಿ ಮಲ್ಲಪ್ಪ ಗುಂಡಿ ಒತ್ತಿ ದೀಪ ಬೆಳಗಿಸಿದ. ನನ್ನ ಎದೆ ಇನ್ನೂ ಬಡಿದುಕೊಳ್ಳುತ್ತಲೇ ಇತ್ತು.

'ನಾನು ದೀಪ ಹಚ್ಚಲು ಗುಂಡಿಯ ಹತ್ತರ ಕೈ ಒಯ್ದಾಗ ನನ್ನ ಕೈಗೆ ಇನ್ನೊಂದು ಕೈ ತಾಕಿತು' ನಾನು ಕಂಪಿಸುತ್ತಲೇ ಹೇಳಿದೆ.

'ಆ ಇನ್ನೊಂದು ಕೈ ನನ್ನದೇ, ಇಬ್ಬರೂ ಒಂದೇ ಸಮಯಕ್ಕೆ ಎದ್ದು ದೀಪ ಹಚ್ಚಲು ಹೋದಾಗ ಇಬ್ಬರ ಕೈಗಳೂ ಕೂಡಿವೆ' ನಗುತ್ತಲೇ ಮಲ್ಲಪ್ಪ ಹೇಳಿದ.

ಅಷ್ಟರಲ್ಲಿ ನನ್ನ ಲಕ್ಷ್ಯ ಸ್ನಾನದ ಕೋಣೆಯತ್ತ ಹೊರಳಿತು. ಹಸಿರು ಹಳದಿ ಮಿಶ್ರಿತ ಕಣ್ಣುಗಳೆರಡು ಹೊಳೆಯುತ್ತಿರುವುದನ್ನು ಕಂಡೆ.

'ಅದೋ ನೋಡು ಅಲ್ಲೇನಿದೆ?' ಅಂಜುತ್ತಲೇ ಅತ್ತ ಬೆರಳು ಮಾಡಿ ತೋರಿಸಿದೆ.

ಮಲ್ಲಪ್ಪ ಸ್ನಾನದ ಮನೆಯತ್ತ ಹೊರಟ. ಚಂಗನೆ ಅಲ್ಲಿಂದ ಬೆಕ್ಕೊಂದು ಕಿಟಕಿಯತ್ತ ಹಾರಿತು.

'ನೋಡು ಶಂಕರಾ, ಇದೇ ದೆವ್ವ. ಹಾಲಿನ ಬೋಗಣಿ ಮೇಲಿನ ತಾಟು ಕೆಡವಿದೆ. ಅದೇ ಸದ್ದಿಗೆ ನಾವು ದೀಪ ಹಚ್ಚಲು ಎದ್ದದ್ದು' ಎಂದ.

ನನಗೆ ಎಲ್ಲವೂ ಅರ್ಥವಾಯಿತು.

ದೆವ್ವದ ಮನೆ   67

'ಹೆದರಿದ ನಮಗೆ ಬೆಕ್ಕೇ ದೆವ್ವವಾಗಿ ಕಂಡಿತಲ್ಲ!' ಎಂದು ಬಿದ್ದು ಬಿದ್ದು ನಕ್ಕೆ.

ನಾನು ಕತೆ ಹೇಳುತ್ತಿರುವಾಗ ಹೆದರಿ ಹತ್ತಿರ ಹತ್ತಿರ ಬಂದ ಮಕ್ಕಳು ಕತೆ ಮುಗಿಸಿದಾಗ, 'ಹೋ..... ಹೋ.....' ಎಂದು ಕೇಕೆ ಹಾಕುತ್ತ ಆಟವಾಡಲು ತೆರಳಿದರು.

ಪಕ್ಷಿ ಕುಟೀರ

– ಹ.ಮ. ಪೂಜಾರ

ಒಂದು ನಗರ. ಆ ನಗರದ ಸುತ್ತಲೂ ಹಳೆಯ ಕೋಟೆ. ಕೋಟೆಯ ಆಚೆ ಕೀರ್ತಿನಗರ ಎಂಬ ಬಡಾವಣೆ. ಆ ಬಡಾವಣೆಯಲ್ಲಿ ವಿವಿಧ ಕುಟುಂಬಗಳ ವಾಸ. ಅವರೆಲ್ಲ ಪರ ಊರಿನಿಂದ ಕೆಲಸಕ್ಕೆಂದೇ ನಗರಕ್ಕೆ ಬಂದವರು. ಆ ಬಡಾವಣೆಯಲ್ಲಿ ಒಂದು ದರ್ಗಾ. ದರ್ಗಾದಿಂದ ಸ್ವಲ್ಪ ದೂರದಲ್ಲಿಯೇ ದೇವಾಲಯ. ದರ್ಗಾದಲ್ಲಿ 'ಉರುಸು' ನಡೆದರೆ ಅಲ್ಲಿ ಎಲ್ಲರೂ ಸೇರುವರು. ಹಾಗೆಯೇ ಎಲ್ಲರೂ ಕೂಡಿ ದೇವಾಲಯದ ಜಾತ್ರೆ ನೆರವೇರಿಸುವರು.

ಅದೇ ಬಡಾವಣೆಯಲ್ಲಿ ಕವಿಕೀರ್ತಿ ಎಂಬ ಆಲಯ. ಆಲಯದ ಎದುರಿಗೆ ಆಟದ ಮೈದಾನ. ಮೈದಾನದ ಆಚೆ ಹಳೆಯ ಗುಮ್ಮಟ. ಆ ಗುಮ್ಮಟದಲ್ಲಿ ಕೆಲವು ಪಾರಿವಾಳಗಳ ವಾಸ.

ಕವಿಕೀರ್ತಿಯಲ್ಲಿ ಶರಣಪ್ಪನೆಂಬ ಅಜ್ಜನ ವಾಸ.

ಅಜ್ಜ ಮಕ್ಕಳಿಗೆ ಕಥೆಗಳನ್ನು, ಹಾಡುಗಳನ್ನು ಹೇಳುತ್ತಿದ್ದ. ಅದಕ್ಕಾಗಿ ಕೇರಿಯ ಮಕ್ಕಳು ಅಲ್ಲಿ ಸೇರುತ್ತಿದ್ದರು. ಕವಿಕೀರ್ತಿಯು ಮಕ್ಕಳ ಸಂಗಮವೇ ಆಗಿತ್ತು. ಸಾಯಂಕಾಲ ಬಯಲಿನಲ್ಲಿ ಮಕ್ಕಳ ಆಟ. ಗುಮ್ಮಟದ ಸುತ್ತ ಪಾರಿವಾಳಗಳ ಹಾರಾಟ. ಇದು ಅಲ್ಲಿನ ನಿತ್ಯದ ದೃಶ್ಯ.

ಒಂದು ದಿನ ಸಂತೋಷ, ಸಲೀಮ, ನಟರಾಜ, ಡೇವಿಡ್, ಲಕ್ಷ್ಮೀ, ರಜಿಯಾ, ರುದ್ರಮ್ಮ ಮತ್ತು ತೆರೆಸಾ ಎಲ್ಲರೂ ಅಜ್ಜನ ಹಾಡು ಕೇಳುತ್ತಾ ಕುಳಿತಿದ್ದರು. ಒಮ್ಮೆಲೆ ಪಾರಿವಾಳದ ಆರ್ತನಾದ ಕೇಳಿಬಂತು. ಎಲ್ಲ ಮಕ್ಕಳು ಹೊರಗೆ ಓಡಿಬಂದರು. ನೋಡುವಷ್ಟರಲ್ಲಿ ಗುಮ್ಮಟದ

ಪಕ್ಷಿ ಕುಟೀರ   69

ಕೆಳಗೆ ಪಾರಿವಾಳ ಬಿದ್ದಿತ್ತು. ರಕ್ತ ಸುರಿಯುತ್ತಿತ್ತು. ಮಕ್ಕಳೆಲ್ಲ ಆ ಕಡೆ ಓಡಿದರು. ಅಯ್ಯೋ ಪಾಪ ಎಂದು ನೊಂದುಕೊಂಡರು.

ಅಷ್ಟರಲ್ಲಿ ಒಬ್ಬ ತರುಣ ಬಂದ. ಅವನ ಕೈಯಲ್ಲಿ ಬಿಲ್ಲು ಬಾಣಗಳಿದ್ದವು.

ಸತ್ತ ಪಾರಿವಾಳವನ್ನು ಅವನು ಎತ್ತಿಕೊಂಡ.

'ಪಾರಿವಾಳವನ್ನು ಏಕೆ ಕೊಂದೆ?' ಎಂದು ಸಲೀಮ್ ಕೇಳಿದ.

'ಪಶುಪಕ್ಷಿಗಳನ್ನು ಪ್ರೀತಿಯಿಂದ ಕಾಣಬೇಕು' ಎಂದು ಲಕ್ಷ್ಮೀ ಹೇಳಿದಳು.

ತರುಣ ಯಾವುದಕ್ಕೂ ಲಕ್ಷ್ಯ ಕೊಡಲಿಲ್ಲ. ಗರ್ವದ ನೋಟ ಬೀರಿಹೋದ.

ಮಕ್ಕಳು ನಿಸ್ಸಹಾಯಕರಾದರು. ತುಂಬಾ ನೊಂದುಕೊಂಡರು.

ಮತ್ತೊಂದು ದಿನ, ಎಲ್ಲಾ ಮಕ್ಕಳು ಸೇರಿದ್ದರು. ಬಯಲಿನಲ್ಲಿ ಆಟ ಆಡುತ್ತಿದ್ದರು. ಮತ್ತೆ ಆ ತರುಣ ಬಂದ. ಬಾಣದಿಂದ ಗುರಿಯನ್ನಿಟ್ಟು ಮತ್ತೊಂದು ಪಾರಿವಾಳವನ್ನು ಕೊಂದ. ಪಾರಿವಾಳದ ಆರ್ತನಾದ ಮಕ್ಕಳಿಗೆ ಕೇಳಿಸಿತು. ಕೂಡಲೆ ಮಕ್ಕಳು ಓಡಿಹೋದರು. ಪಾರಿವಾಳದ ಸ್ಥಿತಿ ಕಂಡು ಮರುಗಿದರು. ಸಮೀಪದಲ್ಲಿಯೇ ನಿಂತ ತರುಣನನ್ನು ನೋಡಿದರು.

'ನಿನ್ನಲ್ಲಿ ಕರುಣೆ ಇಲ್ಲವೆ?' ಎಂದು ರಜಿಯಾ ಕೇಳಿದಳು.

'ದಯವಿಟ್ಟು ಅವುಗಳನ್ನು ಕೊಲ್ಲಬೇಡ' ಎಂದು ಡೇವಿಡ್ ವಿನಂತಿಸಿದ.

'ಪಾರಿವಾಳದ ಮಾಂಸದ ರುಚಿ ನಿಮಗೇನು ಗೊತ್ತು' ಎಂದು ತರುಣ ವ್ಯಂಗ್ಯವಾಗಿ ನಕ್ಕ.

'ಅಯ್ಯೋ ಪಾಪಿ' ಎಂದು ತೆರೆಸಾ ಗೊಣಗಿದಳು.

'ನಾನು ಈ ಪಾರಿವಾಳವನ್ನು ಕೊಲ್ಲುತ್ತೇನೆ. ಕೇಳುವವರು ನೀವು ಯಾರು? ಇವು ನಿಮ್ಮ ಪಾರಿವಾಳಗಳೆ?' ಎಂದು ತರುಣ ಬಿಂಕದಿಂದ ನುಡಿದ. ಪಾರಿವಾಳವನ್ನು ಎತ್ತಿಕೊಂಡು ಹೊರಟುಹೋದ.

ಮಕ್ಕಳು ಪಾರಿವಾಳಗಳ ರಕ್ಷಣೆಗೆ ಯೋಜನೆ ಹಾಕಿದರು.

ಗುಮ್ಮಟದ ಕೆಳಗೆ ಕಾಳುಗಳನ್ನು ಚೆಲ್ಲಿದರು. ದೂರ ನಿಂತು ನೋಡಿದರು. ಪಾರಿವಾಳಗಳು ಕೆಳಗೆ ಬಂದವು. ಕಾಳುಗಳನ್ನು ತಿಂದವು. ಹಾರಿಹೋದವು. ಈ ಕಾರ್ಯ ನಿತ್ಯವೂ ನಡೆಯಿತು.

ಮಕ್ಕಳು ಒಂದು ದಿನ ಕಾಳುಗಳನ್ನು ಗುಮ್ಮಟದಿಂದ ಕವಿಕೀರ್ತಿ ವರೆಗೆ ಚೆಲ್ಲಿದರು. ಪಾರಿವಾಳಗಳು ಕಾಳುಗಳನ್ನು ತಿನ್ನುತ್ತಾ ಮಕ್ಕಳ ಸಮೀಪಕ್ಕೆ ಬಂದವು. ಮಕ್ಕಳು ಹಾಗೂ ಪಾರಿವಾಳಗಳ ಮಧ್ಯೆ ಸ್ನೇಹ ಬೆಳೆಯಿತು.

ಸಲೀಮ್ ನಾಲ್ಕಾರು ಕೋಲುಗಳನ್ನು ತಂದ. ರುದ್ರಮ್ಮ ತಮ್ಮ ಹೊಲದಿಂದ ಜೋಳದ ದಂಟುಗಳನ್ನು ತಂದಳು. ಡೇವಿಡ್ ತಂತಿ ಜಾಳಿಗೆ ತಂದ. ಸುನೀಲ ತಗ್ಗು ತೋಡಿದ. ರಾಜು ಕೋಲು ನೆಡೆಸಿದ. ಸಂತೋಷನು ಮೇಲೆ ಕೋಲುಗಳನ್ನು ಕಟ್ಟಿದ. ನಟರಾಜ ಮತ್ತು ತೆರೆಸಾ ಸುತ್ತಲೂ ಜಾಳಿಗೆ ಕಟ್ಟಿದರು. ರಜಿಯಾ ಮತ್ತು ಲಕ್ಷ್ಮೀ ಮೇಲೆ ದಂಟುಗಳನ್ನು ಹೊದಿಸಿದರು. ನೆರಳು ಮಾಡಿದರು. ಪಾರಿವಾಳಗಳಿಗಾಗಿ ಕುಟೀರ ಸಿದ್ಧಪಡಿಸಿದರು.

ಕೆಲವು ಗಡಿಗೆಗಳನ್ನು ತಂದರು. ಕುಟೀರದಲ್ಲಿ ತೂಗುಬಿಟ್ಟರು. ಕಾಳುಗಳನ್ನು ಕುಟೀರದಲ್ಲಿ ಚೆಲ್ಲಿದರು. ತೆರೆದ ಪಾತ್ರೆಯಲ್ಲಿ ನೀರು ಹಾಕಿ ಇಟ್ಟರು. ಪಾರಿವಾಳಗಳು ಬಂದವು. ಕಾಳುಗಳನ್ನು ತಿಂದವು. ನೀರು ಕುಡಿದವು. ತೂಗುಬಿಟ್ಟ ಗಡಿಗೆಗಳಲ್ಲಿ ವಿಶ್ರಮಿಸಿದವು.

ಮಕ್ಕಳು ಪಾರಿವಾಳಗಳ ಯೋಗಕ್ಷೇಮ ನೋಡಿಕೊಂಡರು. ಅವು ನೆಮ್ಮದಿಯಿಂದ ಬದುಕಿದವು. ಮಕ್ಕಳೂ ಸಂತೋಷಪಟ್ಟರು. ನಿತ್ಯವೂ ಪಾರಿವಾಳಗಳು ಹೊರಗೆ ಹೋಗುತ್ತಿದ್ದವು. ಗಿಡದಿಂದ ಗಿಡಕ್ಕೆ ಹಾರಾಡುತ್ತಿದ್ದವು. ಸಂತೋಷದಿಂದ ಕಾಲ ಕಳೆಯುತ್ತಿದ್ದವು. ಸಂಜೆ ಆಗುತ್ತಲೇ ಕುಟೀರ ಸೇರುತ್ತಿದ್ದವು. ಮತ್ತೆ ಅವು ಗುಮ್ಮಟದ ಕಡೆ ಸುಳಿಯಲೇ ಇಲ್ಲ. ಹೀಗೆ ಅವುಗಳ ದಿನಚರಿ ಸಾಗಿತು.

ಮತ್ತೊಂದು ದಿನ ಪಾರಿವಾಳ ಕೊಲ್ಲಲು ಆ ತರುಣ ಬಂದ.

ಗುಮ್ಮಟದ ಕೆಳಗೆ ನಿಂತ. ಪಾರಿವಾಳಗಳ ಬರುವಿಗಾಗಿ ಕಾಯ್ದ. ಅವು ಕಾಣಿಸಲೇ ಇಲ್ಲ. ಬಹಳ ಹೊತ್ತು ನಿಂತ. ನಿರಾಶೆಗೊಂಡ.

ಅವನ ದೃಷ್ಟಿ ಕವಿಕೀರ್ತಿ ಕಡೆ ಹೋಯಿತು. ಮಕ್ಕಳು ಪಾರಿವಾಳಗಳ ಜೊತೆ ಆಡುತ್ತ ನಲಿಯುವುದನ್ನು ಕಂಡ. ಅವನಲ್ಲಿ ಹೊಸ ಅರಿವು ಮೂಡಿದಂತಾಯಿತು.

ತನ್ನಲ್ಲಿ ತಾನೇ ಪಶ್ಚಾತ್ತಾಪಗೊಂಡ.

ಮತ್ತೆ ಅವನು ಆ ದಾರಿಗೆ ಹೋಗಲೇ ಇಲ್ಲ.

ಪ್ರಾಣಿಗಳ ಜಾತ್ರೆ

– ಟಿ. ಎಸ್. ನಾಗರಾಜ ಶೆಟ್ಟಿ

ಅದೊಂದು ಕಾಡು.

ಆ ಕಾಡಿಗೂ ನಾಡಿಗೂ ತುಂಬ ದೂರ. ಅಲ್ಲಿ ಎಣಿಸಲು ಸಾಧ್ಯವೇ ಇಲ್ಲದಷ್ಟು ಪ್ರಾಣಿ–ಪಕ್ಷಿಗಳು, ಕ್ರಿಮಿ–ಕೀಟಗಳು ವಾಸ ಮಾಡ್ತಾ ಇದ್ದವು. ಅದಕ್ಕೆ ಇದು, ಇದಕ್ಕೆ ಅದು ಸಲಹೆ ಕೊಡೋದು ಸಹಾಯ ಮಾಡೋದು ಇತ್ತು. ಇದು ಅವುಗಳ ದೊಡ್ಡ ಗುಣ. ಪರಿಣಾಮವಾಗಿ ಸುಖ ಸಂತೋಷಗಳಿಂದ ಇದ್ದವು.

ಸಿಂಹ ಅಲ್ಲಿನ ಮೃಗರಾಜ. ಎಲ್ಲ ಪ್ರಾಣಿಗಳೂ ಅದಕ್ಕೆ ವಿಧೇಯ ರಾಗಿ ನಡೆದುಕೊಳ್ಳುತ್ತಿದ್ದವು. ಅದರ ಅಪ್ಪಣೆಯನ್ನು ಸ್ವಲ್ಪವೂ ಮೀರದೆ ಪಾಲಿಸುತ್ತಿದ್ದವು. ಭಯ ಭಕ್ತಿಗಳಿಂದ ಇದ್ದವು. ಅಗೋ ನೋಡಿ, ಸಿಂಹರಾಜನ ಗುಹೆಯ ಮುಂದೆ ಪ್ರಾಣಿಗಳೆಲ್ಲ ಸಭೆ ಸೇರಿವೆ. ಸೇರಿ ಗದ್ದಲ ಮಾಡುತ್ತಿವೆ. ಮಾಡಿ ಕೂಗುತ್ತಿವೆ. ಕೂಗಿ ಕಿರುಚುತ್ತಿವೆ!

ಹೊಟ್ಟೆಯ ಕುಣಿಸಿ ಕಿವಿಗಳ ಚಲಿಸಿ, ತಲೆಯನು ಆಡಿಸಿತೊಂದಾನೆ
ಕತ್ತನು ಚಾಚಿ ರೆಂಬೆಯ ಬಾಚಿ, ಜಿರಾಫೆ ಎದ್ದಿತು ತಂತಾನೆ!

ಗುರ್‌ಗುರ್ರೆನ್ನುತ ಹಲ್ಲನು ಕಿರಿಯುತ, ಲಾಗಾ ಹೊಡೆದ ಮಂಗಣ್ಣ
ಜೊಂಪೆಯ ಬಾಲವ ಸೊಂಪಲಿ ಕೊಡವುತ, ಬೆಡಗನು ತೋರಿದನು ತೋಳಣ್ಣ!

ಚಿಕ್ ಚಿಕ್ಕೆಂದಿತು ಚುಕ್ಕೆಯ ಹಕ್ಕಿ, ಪಕ್ಕೆಯ ಫಕ್ಕನೆ ಬಿಚ್ಚುತ್ತ
ಕರಡಿಯ ಮರಿಯು ತಮಾಷೆ ಮಾಡಿತು, ಕಣ್ಣನು ಬಿಚ್ಚುತ ಮುಚ್ಚುತ್ತ!

74   ನರಿಗಳಿಗೇಕೆ ಕೋಡಿಲ್ಲ?

ಪಟ್ಟೆಯ ಹುಲಿಮರಿ ಭಂಗನೆ ಹಾರಿತು, ಮೀಸೆಯ ಸರಭರ
ಕುಣಿಸುತ್ತ
ಚುಕ್ಕೆಯ ಚಿರತೆಯು ಮೈಯನು ಮುರಿಯಿತು, ಬಾಯಿಗೆ
ನಾಲಗೆ ಸವರುತ್ತ!
ಚಿರ್‌ಚಿರ್ರೆನ್ನುತ ರೆಕ್ಕೆಯ ಮಿಡತೆಯು, ಡಿಸ್ಕೊ ಡ್ಯಾನ್ಸನು
ತೋರಿಸಿತು
ಚಿಗುರನು ಮೆಲ್ಲುತ ಕೋಗಿಲೆ ಆಗಲೆ, ಪಾಪ್ ಮ್ಯೂಸಿಕ್ಕನು
ಕೇಳಿಸಿತು!

ಸಿಂಹರಾಜನಿಗೆ ಇದರಿಂದ ಖುಷಿ ಆಗಲಿಲ್ಲ. ಏಕೆಂದರೆ ಇದೆಲ್ಲಾ ದಿನವೂ ಇದ್ದದ್ದೇ! ಒಂದು ಸಲ ಅದು ಜೋರಾಗಿ ಗರ್ಜಿಸಿತು. ಕಾಡಿಗೆ ಕಾಡೇ ನಡುಗಿತು. ಎಲ್ಲೆಲ್ಲಿದ್ದ ಪ್ರಾಣಿಗಳು ಅಲ್ಲಲ್ಲೇ ಅಡಗಿಕೊಂಡವು! ಅದು ಹೇಳಿತು: 'ಇದೆಲ್ಲಾ ದಿನಾ ನೋಡಿ ನೋಡಿ ಬೇಸರವಾಗಿದೆ. ಬೇರೆ ಏನಾದರೂ ಹೊಸ ಕಾರ್ಯಕ್ರಮ ಮಾಡೋಣ. ನಿಮ್ಮ ನಿಮ್ಮ ಅಭಿಪ್ರಾಯ ಹೇಳಿರಿ'.

ಗೂನು ಕರಡಿ ತಾನು ತಲೆಯ, ಕೆರೆದು ಕೆರೆದು ಇಟ್ಟಿತು
ಗಡವ ಹುಲಿಯು ಕೊಡವಿ ತಲೆಯ, ಬುರುಡೆಯನ್ನು ಕೆರೆಯಿತು!

ಮೊಲವು ನುಗ್ಗಿ ಅಲ್ಲೆ ಬಗ್ಗಿ, ವಿನಯದಿಂದ ಹೇಳಿತು

ಆಟ ಓಟ ಸ್ಪರ್ಧೆಗಳನ್ನು, ನಡೆಸೆ ಚೆನ್ನ ಅಂದಿತು

ಹೊಟ್ಟೆಬಾಕ ಗಟ್ಟಿತೋಳ, ಆಟ ಬೇಡ ಎಂದಿತು
ಊಟ ಹೊಡೆವ ಸ್ಪರ್ಧೆಯನ್ನು, ಮಾಡೆ ಮಜಾ ಅಂದಿತು!

ಆಗ ನರಿಯು ಬೇಗ ಬಂದು, ಜಾತ್ರೆ ವಿಷಯ ತೆಗೆಯಿತು
ಶಕ್ತಿ ಭಕ್ತಿ ಜಾತ್ರೆಯಿಂದ, ಮಾತ್ರವೆಂದು ಬಗೆಯಿತು!

ಕಣ್ಣಮುಚ್ಚಿ ಸಿಂಹ ಮೆಚ್ಚಿ, ಆಗಬಹುದು ಎನ್ನಲು
ಎಲ್ಲ ಪ್ರಾಣಿ ಅಲ್ಲೆ ಒಪ್ಪಿ, ಹೊರಡುವಾಗ ತಿನ್ನಲು!

ತಂತಮ್ಮ ಆಹಾರದ ಬೇಟೆಗೆ ಪ್ರಾಣಿಗಳೆಲ್ಲ ಹೋದುವೇನೋ ನಿಜ. ಆದರೆ ಅವುಗಳ ಯೋಚನೆಯೆಲ್ಲ ಜಾತ್ರೆ ಮಾಡುವತ್ತಲೇ ಇತ್ತು. ಅದಕ್ಕಾಗಿ ಯಾವ ಯೋಜನೆ ಹಾಕಬಹುದು ಎನ್ನುವುದೇ ಚಿಂತೆ.

ಎಲ್ಲವೂ ಮತ್ತೆ ಸೇರಿ 'ಜಾತ್ರೆ ಆಚರಿಸುವ ಸಮಿತಿ' ಒಂದನ್ನು ಮಾಡಿಕೊಂಡವು. ಸಿಂಹರಾಜನೇ ಅಧ್ಯಕ್ಷ. ಆನೆರಾಯ ಕಾರ್ಯಾಧ್ಯಕ್ಷ. ಇರುವೆಯು ತಮ್ಮ ಬಳಗವೆಲ್ಲ ಸ್ವಯಂ ಸೇವಕರು ಎಂದು ಘೋಷಿಸಿತು! ಹೀಗೆ ಆಯಾ ಕೆಲಸಕಾರ್ಯಗಳಿಗೆ ಇಂತಿಂಥ ಪ್ರಾಣಿಗಳೇ ಪ್ರತಿನಿಧಿಗಳೆಂದು ಗೊತ್ತುಮಾಡಲಾಯಿತು. ಎಲ್ಲರ ಸಹಕಾರದೊಡನೆ ಜಾತ್ರೆಯನ್ನು ಸುಗಮವಾಗಿ ನಡೆಸಬೇಕೆಂದು ತೀರ್ಮಾನ ಕೈಗೊಳ್ಳಲಾಯಿತು. ಭರದಿಂದ ಸಿದ್ಧತೆಗಳು ನಡೆದುವು.

ಹರಿಯುವ ನೀರಿನ ಹೊಳೆಯ ಪಕ್ಕದಲಿ, ಒಳ್ಳೆಯ ನೆಲವಿದೆ ಸಮತಟ್ಟು
ಆನೆಯು ಅಲ್ಲಿಗೆ ಬೇಗನೆ ತರಿಸಿತು,ಬೇಕಾದಷ್ಟು ಮರಮುಟ್ಟು!

ಕರಡಿ ಎಲ್ಲವು ಪೊರಕೆ ಹಿಡಿರ್ದೇ, ಗೊರಕೆ ಹೊಡೆವುದು ಕಾಣಲು
ಕಿರುಚಿ ತೋಳವು ಪರಚಿ ಅವುಗಳ, ಗದರಿತಾಗಲೆ ಗುಡಿಸಲು!

ಹಾಗೆ ಮಾಡಿರಿ ಹೀಗೆ ನೋಡಿರಿ, ಕೂಗಿ ತಿಳಿಸಲು ಆನೆಯು
ಆಲಸವಿಲ್ಲದೆ ಕೆಲಸ ನಡೆದುವು, ಆಗಿನಿಂದಲು ತಪ್ಪದೆ!

ಉದ್ದ ಕಲ್ಲನು ಒಂದ ತಂದು, ದೇವರೆನ್ನುತ ನೆಟ್ಟವು
ಸುತ್ತ ಎಬ್ಬಿಸಿ ಗೋಡೆ ಮೂರನು, ಗುಡಿಯ ಕಟ್ಟೇ ಬಿಟ್ಟವು!

ತೇರನೊಂದನು ಮಾಡಲೆಂದು, ಕೊಂಬೆರೆಂಬೆಯ ತಂದುವು
ತಕ್ಕ ಅಳತೆಗೆ ಕಡಿದು ಅವುಗಳ, ಬಳ್ಳಿಯಿಂದಲೆ ಬಿಗಿದವು!

ಗುಡಿ ಸಿದ್ಧವಾಯಿತು. ತೇರೂ ತಯಾರಾಯಿತು. ಅರ್ಚಕನಾರು? ಅನೇಕ ಪ್ರಾಣಿಗಳು 'ನಾನು ನಾನು' ಅಂತ ಕೂಗತೊಡಗಿದವು. ಕೊನೆಗೆ ಆನೆರಾಯ ತೋಳವನ್ನೇ 'ಅರ್ಚಕ' ಅಂತ ಆರಿಸಿತು. ಜಾತ್ರೆಗಾಗಿ

ಒಳ್ಳೆಯ ಒಂದು ದಿನವನ್ನು ನಿರ್ಣಯಿಸಿದವು. ಅದಕ್ಕೆ ಸಿಂಹರಾಜನ ಒಪ್ಪಿಗೆ ಪಡೆದುವು.

ಬಿಲದ ಹೊರಗಡೆ ಮೊಲವು ಬಂದಿತು, ತೆರೆಯಿತೊಂದು ಅಂಗಡಿ
ಹಲಗೆ ಹಾಸಿ ಬಟ್ಟೆ ಕಟ್ಟಿ, ಮಾಡಿತಲ್ಲ ಗಡಿಬಿಡಿ!

ಅದರ ಪಕ್ಕಕೆ ಬಟ್ಟೆ ಅಂಗಡಿ, ಬೆಂಡು ಬತ್ತಾಸೆಲ್ಲವು
ಹಣ್ಣು ಹೂವು ಗೆಡ್ಡೆ ಗೆಣಸು, ಕಾಯಿ ಹೂಕೋಸೆಲ್ಲವು!

ಹೇಂಟೆ ಮೊಟ್ಟೆಯ ಜೋಡಿಸಿಟ್ಟಿತು, ಹಲಗೆ ತುಂಬ ಕೂಡಲೆ
ಎಲ್ಲ ಹಕ್ಕಿಯು ಜೊಲ್ಲ ಸುರಿಸುತ, ಬಂದುವಲ್ಲಿಗೆ ನೋಡಲೆ!

ಕಡಲೆ ಪುರಿಯು ಕರಿದ ತಿಂಡಿಯು, ಭರದಿ ಸಾಲಲಿ ಬಂದುವು
ಕಣ್ಣು ಬಿಡುತಲಿ ಸಣ್ಣ ಮರಿಗಳು, ಆಸೆಯಿಂದಲಿ ನಿಂತವು!

ಆ ಕಡೆ ಗುಡಿಯಲ್ಲಿ ತೋಳಣ್ಣ ಮಡಿಯಲ್ಲೇ ದೇವರನ್ನು ಅಲಂಕರಿಸಿತು; ಕಾಡಿನ ಬಣ್ಣ ಬಣ್ಣದ ಹೂವುಗಳಿಂದ ಸಿಂಗರಿಸಿತು. ಬೆಳಿಗ್ಗೆ ಪೂಜೆಯೊಂದಿಗೆ ಜಾತ್ರೆ ಪ್ರಾರಂಭವಾಯಿತು. ಎಲ್ಲ ಪ್ರಾಣಿಗಳೂ ಒಟ್ಟಿಗೇ ನುಗ್ಗಿದವು. ಸಂಭ್ರಮವೋ ಸಂಭ್ರಮ. ನೂಕುನುಗ್ಗಲು!

ನರಿಯು ತುಳಿಯಿತು ಬಾತುಕೋಳಿಯ, ಬಾತು ಅತ್ತಿತು, ಕ್ವಾಕ್
ಕ್ವಾಕ್ ಕ್ವಾಕ್
ಜಿಂಕೆ ಹಾಯಲು ಕೋಳಿ ಮೇಲೆಯೆ, ಕುಕ್ಕಿ ಕೂಗಿತು,
ಕೊಕ್ಕೊಕ್ಕೋ!

ಎರಡು ಆನೆಯ ನಡುವೆ ಸಿಲುಕಿದ ಕರಡಿ ಕೂಗಿತು, ಗುರ್
ಗುರ್ ಗುರ್
ಕರಡಿ ಕಾಲಿಗೆ ಸಿಕ್ಕ ಮೊಲವು, ನೊಂದು ಅತ್ತಿತು, ಕುಚುಕುಚು

ಕಡವೆ ರಾಯನ ಕೋಟು ಜೇಬಿನ, ನೋಟು ಕದ್ದರು ಕಳ್ಳರು!
ಹೆಣ್ಣು ಹುಲಿಯ ಕೊರಳ ಸರವನು, ಕದ್ದು ಎದ್ದರು ಮಳ್ಳರು!

ಪೂಜೆ ಮುಗಿಯಲು ತೀರ್ಥ ಕುಡಿದರು, ಚರಪು ಮೆಲ್ಲುತ
ಹೊರಟರು
ಕೊನೆಗೆ ಹೊರಟ ಕುರಿಯ ಹಿಡಿದು, ಒಳಗೆ ತೋಳನು ತಿಂದನು!

ಹೊರಗೆ ಬಂದು ಹುಡುಕಿ ನೋಡಲು, ಕೆಲವರ ಚಪ್ಪಲಿ
ಮಾಯವು!
ಹೋದವೆಲ್ಲಿ ಯಾರು ಕದ್ದರು, ಎನುವ ಗದ್ದಲ ಆಯಿತು!

ಹೀಗೆ ಗದ್ದಲದಲ್ಲಿ ಅನೇಕ ತೊಂದರೆಗಳಾದವು. ಚಪ್ಪಲಿ ಬೇರೆ ಕಳುವಾದವು. ಅರ್ಚಕನಾದ ತೋಳರಾಯನೇ, ಪೂಜೆ ಮುಗಿಸಿಕೊಂಡು ಹೊರಟ ಪ್ರಾಣಿಗಳಲ್ಲಿ ಕೊನೆಯದನ್ನು ಹಿಡಿದು ತಿಂದು ಬಿಡುತ್ತಿತ್ತು! ಈ ಮೋಸ ಮೊದಲ ದಿನ ಯಾರಿಗೂ ಪತ್ತೆ ಆಗಿರಲಿಲ್ಲ!

ಈ ಕಡೆ ಅಂಗಡಿಸಾಲಿನಲ್ಲೂ ಫಜೀತಿ ಕಾಣಿಸಿಕೊಂಡಿತು:

ಹೇಂಟೆ ರಾಯನ ಮೊಟ್ಟೆಗಳನು, ಹಾವು ಕದ್ದು ನುಂಗಿತು
ಮೊಟ್ಟೆ ನೋಡುತ ಕೆಲರು ಕೆಡವಲು, ಲಾಭದಾಸೆಯು ಹಿಂಗಿತು!

ಹೂವು ಹಣ್ಣನು ಕೊಳ್ಳೋ ನೆವದಲಿ, ಕೆಲರು ಚೀಲಕೆ ಬಿಟ್ಟರು
ಕೊಂಡು ತಿಂದು ಹಣವ ನೀಡದೆ, ಕೆಲರು ಕೈಯನು ಕೊಟ್ಟರು!

ನರಿಯ ಅಂಗಡಿಯಲ್ಲಿ ಬೆಲೆಗಳು, ಹೆಚ್ಚು ಎಂದುವು ಎಲ್ಲವು
ಬುದ್ಧಿ ಕಲಿಸಲು ಎಲ್ಲ ಯೋಚಿಸಿ, ಕದ್ದುವೆಲ್ಲವ ಮೆಲ್ಲನೆ!

ಕಾಸ ನೀಡಿಯೆ ಪುರಿಯ ಕೊಂಡು, ಗುಬ್ಬಿ ಕುಕ್ಕುತ ಮುಕ್ಕಿತು
ಕುಕ್ಕಿ ಮುಕ್ಕಿ ಹೊಟ್ಟೆ ಬಿರಿಯಲು, ಬಿಕ್ಕಿ ಬಿಕ್ಕಿ ಕಕ್ಕಿತು!

ಗುಂಪು ಚಲಿಸುವ ರಭಸದಲ್ಲಿ, ಆನೆ ಸೊಂಡಿಲು ತಾಕಿತು
ಗಳವು ಕುಸಿದು ಜೋಡಿಸಿದ್ದ, ಎಲ್ಲ ವಸ್ತುವು ಬಿದ್ದುವು!

ಹೀಗೆ ಮೊಟ್ಟೇನ ಹಾವು ಕದ್ದು ತಿಂದುವು. ಕೆಲವು ಪ್ರಾಣಿಗಳು ವಸ್ತುಗಳನ್ನು ಕದ್ದುವು. ಗುಬ್ಬಿ ಅತಿಯಾಗಿ ತಿಂದು ಎಲ್ಲವನ್ನೂ ಕಕ್ಕಿತು!

ಆನೆಯ ರಭಸದಲ್ಲಿ ಸೊಂಡಿಲು ತಾಕಿ ಅಂಗಡಿಗಳು ಕುಸಿದುವು. ಈ ಎಲ್ಲ ಅವಾಂತರಗಳೂ ಸಿಂಹರಾಜನಿಗೆ ವರದಿಯಾದುವು. ಆನೆರಾಯನನ್ನು ಕರೆಸಿ ವ್ಯವಸ್ಥೆ ಸರಿಯಾಗಿ ಮಾಡದುದಕ್ಕೆ ಛೀಮಾರಿ ಹಾಕಿತು. ಜಾತ್ರೆ ಮುಗಿಯಿತು. ಎಲ್ಲ ಪ್ರಾಣಿಗಳ ಸಭೆ ಕರೆಯಲಾಯಿತು. ಸಿಂಹರಾಜ ಏರುದನಿಯಲ್ಲಿ ಎಚ್ಚರಿಕೆ ಕೊಟ್ಟಿತು :

'ನೋಡಿ ಜಾತ್ರೆಯೇನೋ ಚೆನ್ನಾಗಿ ಆಯಿತು. ಎಲ್ಲರಿಗೂ ಸಂತೋಷವೂ ಆಯಿತು. ಆದರೆ ಕೆಲವು ಅಚಾತುರ್ಯಗಳು ನಡೆದಿವೆ. ನಮ್ಮ ನಮ್ಮಲ್ಲೇ ಕದಿಯುವುದು ಮೋಸ ಮಾಡುವುದು ಈ ಗುಣಗಳೆಲ್ಲ ಹೋಗಬೇಕು. ಹೀಗೆಲ್ಲಾ ನಾವು ಮಾಡಿದರೆ ನಮಗೂ ಮನುಷ್ಯರಿಗೂ ನಡುವೆ ವ್ಯತ್ಯಾಸವೆಲ್ಲಿ ಉಳೀತು? ನಮ್ಮೆಲ್ಲರಲ್ಲೂ ಇನ್ನು ಮುಂದೆ ಪ್ರಾಮಾಣಿಕತೆ, ಶಿಸ್ತು, ವ್ಯವಸ್ಥೆಗಳಿರಲಿ. ಇಲ್ಲವಾದರೆ ಇನ್ನು ಮುಂದೆ ಎಂದೂ ಜಾತ್ರೆ ನಡೆಸಲಾಗದು'.

ಎಲ್ಲ ಪ್ರಾಣಿಗಳೂ ಇನ್ನು ಮುಂದೆ ಹಾಗೆಲ್ಲ ಮಾಡೋದಿಲ್ಲ, ಸರಿಯಾಗಿರ್ತೇವೆ, ಎಂದೆಲ್ಲ ಕೂಗಿ ಮಾತು ಕೊಟ್ಟವು. ಪೂಜೆಗೆ ಬಂದ ಕೆಲವು ಪ್ರಾಣಿಗಳನ್ನು ಕದ್ದು ತಿಂದ ಅರ್ಚಕ ತೋಳನಿಗೆ, ಸಿಕ್ಕಿಬಿದ್ದ ಕಳ್ಳರಿಗೆಲ್ಲ ಶಿಕ್ಷೆ ಕೊಡಲಾಯಿತು. ಅಂಥವರೆಲ್ಲರಿಗೂ ಒದೆ ಬಿದ್ದುವು!

ಅಲ್ಲಿಗೆ ಸಭೆ ಮುಗಿಯಿತು; ಎಲ್ಲ ಪ್ರಾಣಿಗಳೂ ಚೆದುರಿದವು.

ಕೋಳಿ ಬುಟ್ಟಿಯಲ್ಲಿ ನವಿಲು ಮರಿ....!

– ಹ. ಸ. ಬ್ಯಾಕೋಡ

ಮಳೆಗಾಲದ ಒಂದು ದಿನ ಊರ ಹೊರಗಿನ ಹೊಲದ ಬದುವಿನ ಮೇಲೆ ನಡೆದುಕೊಂಡು ಶಾಲೆಗೆ ಹೊರಟಿದ್ದ ನವೀನನೆಂಬ ಹುಡುಗನ ಕಣ್ಣಿಗೆ ನಾಲ್ಕೈದು ನವಿಲುಗಳು ಕಾಣಿಸಿದವು.

ಅವುಗಳಲ್ಲಿ ಎರಡು ಗಂಡು ನವಿಲುಗಳು ರೆಕ್ಕೆ ಬಿಚ್ಚಿ ಕುಣಿಯುತ್ತಿದ್ದರೆ, ಉಳಿದ ಹೆಣ್ಣು ನವಿಲುಗಳು ಅವುಗಳ ಸುತ್ತಮುತ್ತ ಓಡಾಡುತ್ತ ಇಂಪಾಗಿ ಕೂಗುತ್ತಿದ್ದವು. ಆ ನವಿಲುಗಳ ಕುಣಿತ, ಕೂಗಾಟ ಗಳು ನವೀನನಿಗೆ ತುಂಬಾ ಇಷ್ಟವಾದವು. ತಾನು ಶಾಲೆಗೆ ಹೋಗುತ್ತಿ ದ್ದೇನೆ ಅನ್ನುವುದನ್ನೇ ಮರೆತು ಕೆಲ ಕಾಲ ಅಲ್ಲೇ ನಿಂತುಬಿಟ್ಟ!

ಸ್ವಲ್ಪ ಹೊತ್ತಿನಲ್ಲಿ ಆಕಾಶದಿಂದ ತಟತಟನೆ ಹನಿಗಳು ಉದುರ ತೊಡಗಿದವು. ಕುಣಿಯುತ್ತಿದ್ದ ನವಿಲುಗಳು ರೆಕ್ಕೆ ಮಡಚಿಕೊಂಡು ಕತ್ತು ಮುಂದಕ್ಕೆ ಚಾಚಿಕೊಂಡು ಪೊದೆಗಳೊಳಕ್ಕೆ ಓಡಿಹೋದವು. ಆಗಲೇ ನವೀನನಿಗೆ ಶಾಲೆ ನೆನಪಾಗಿದ್ದು! ಬಳಿಕ ಪಾಠಿಚೀಲವನ್ನು ಎದೆಗೆ ಒತ್ತಿಕೊಂಡು ಶಾಲೆಯತ್ತ ಜೋರಾಗಿ ಓಡಿಹೋದ.

ಮಧ್ಯಾಹ್ನ ವಿರಾಮದ ವೇಳೆ ನವೀನ ತನ್ನ ಗೆಳೆಯರೊಂದಿಗೆ ಊಟ ಮಾಡುತ್ತ ಕುಳಿತಿದ್ದ. ಆ ವೇಳೆ ಆತ ಹೊಲದಲ್ಲಿ ನವಿಲುಗಳನ್ನು ಕಂಡ ಸಂಗತಿಯನ್ನು ತಿಳಿಸಿದ. ಹಾಗೆಯೇ, ನವಿಲುಗಳು ರೆಕ್ಕೆ ಬಿಚ್ಚಿ ಕುಣಿಯುವುದು, ಇಂಪಾಗಿ ಹಾಡುವುದನ್ನು ಕೂಡ ವಿವರಿಸಿ ಹೇಳಿದ.

ಆಗ ಆತನ ಗೆಳೆಯನಾದ ರವೀಶ, 'ಲೋ.... ನವಿಲುಗಳು ಕುಣಿಯುವ ಜಾಗಕ್ಕೆ ಹೋದರೆ ಅವುಗಳ ಗರಿಗಳು ಸಿಗುತ್ತಿದ್ದವಲ್ಲ, ಯಾಕೆ ಹೋಗಿಲ್ಲ' ಅಂತ ಪ್ರಶ್ನಿಸಿದ.

ಕೋಳಿ ಬುಟ್ಟಿಯಲ್ಲಿ ನವಿಲು ಮರಿ....!

‘ಅರೇ! ಹೌದಲ್ವಾ, ನಿಜಾ. ಆದರೆ ಮಳೆ ಬಂತು ಕಣೋ. ಹಾಗಾಗಿ ಓಡಿ ಬಂದೆ. ಸಂಜೆ ಶಾಲೆ ಬಿಟ್ಟ ಮೇಲೆ ಅದೇ ದಾರಿಗುಂಟ ಮನೆಗೆ ಹೋಗುವಾಗ ನವಿಲುಗಳಿದ್ದ ಜಾಗಕ್ಕೆ ಹೋಗಿ ನೋಡುತ್ತೇನೆ. ಗರಿಗಳು ಸಿಗಬಹುದಲ್ವಾ’ ಅಂತ ನವೀನ ಉತ್ತರಿಸಿದ.

‘ಮರೆಯದೇ ನವಿಲುಗಳಿದ್ದ ಜಾಗಕ್ಕೆ ಹೋಗು. ಅಲ್ಲಿ ಅವುಗಳ ಬಣ್ಣದ ಗರಿಗಳು ಬಿದ್ದಿರುತ್ತವೆ. ಆಯ್ದುಕೊಂಡು ಬಾ. ನನಗೂ ಒಂದು ಕೊಡು’ ಅಂತ ವಿನಂತಿ ಮಾಡಿದ ರವೀಶ.

‘ಆಗಲಿ’ ಅಂದ ನವೀನ, ಸಂಜೆ ಶಾಲೆ ಬಿಟ್ಟ ಬಳಿಕ ಹೊಲದ ಬದುವಿನ ಮೇಲೆ ಹೆಜ್ಜೆ ಹಾಕಿದ.

ಆ ವೇಳೆ ನವಿಲುಗಳಿದ್ದ ಜಾಗದತ್ತ ನೋಡಿದ. ನವಿಲು ಆಗಲೂ ಅಲ್ಲೇ ಇದ್ದವು. ಆದರೆ ಅವು ಕುಣಿಯುತ್ತಿರಲಿಲ್ಲ. ಬದಲಾಗಿ ಅಲ್ಲಿದ್ದ ಕಲ್ಲು ಬಂಡೆಗಳ ಮೇಲೆ ನಿಂತುಕೊಂಡಿದ್ದವು. ತಮ್ಮ ತಮ್ಮ ಕೊಕ್ಕಿನಿಂದ ಮೈಯನ್ನು ಕೆದರಿಕೊಂಡು ಶುಚಿಗೊಳಿಸುವ ಕಾರ್ಯದಲ್ಲಿ ಮಗ್ನ ವಾಗಿದ್ದವು. ಆಗಲೂ ಅಷ್ಟೇ, ನವೀನ ತೆಪ್ಪಗೆ ನಿಂತುಬಿಟ್ಟ. ಮತ್ತೆ ನವಿಲು ಕುಣಿಯಲು ಸುರುವಿಟ್ಟುಕೊಂಡರೆ ಚೆನ್ನಾಗಿತ್ತು ಅಂತ ಮನಸ್ಸಿ ನಲ್ಲಿ ಅಂದುಕೊಂಡ.

ಪಶ್ಚಿಮದಲ್ಲಿ ಸೂರ್ಯ ಮುಳುಗುತ್ತಿದ್ದ. ಸಣ್ಣಗೆ ಕತ್ತಲು ಆವರಿಸಿ ಕೊಳ್ಳತೊಡಗಿತು. ಆಗ ನವಿಲುಗಳೆಲ್ಲವೂ ರೆಕ್ಕೆಗಳನ್ನು ರಫರಫನೆ ಬಡಿದವು. ಮೈಕೊಡವಿದವು. ಆ ಬಳಿಕ ಎತ್ತರದ ಮರಗಳತ್ತ ಹಾರಿಹೋದವು.

ಆ ಕೂಡಲೇ ನವೀನ ಕಲ್ಲು ಬಂಡೆಗಳತ್ತ ಓಡಿಹೋದ. ಅಲ್ಲಿ ಒಂದಲ್ಲ, ಎರಡಲ್ಲ, ಹತ್ತಾರು ನವಿಲು ಗರಿಗಳು ಬಿದ್ದಿದ್ದವು. ಅವುಗಳನ್ನು ಆಯ್ದುಕೊಂಡ ಆತನಿಗೆ ಖುಷಿಯೋ ಖುಷಿ. ಒಂದು ಕೈಯಲ್ಲಿ ಪಾಟಿಚೀಲ, ಮತ್ತೊಂದು ಕೈಯಲ್ಲಿ ನವಿಲು ಗರಿಗಳನ್ನು ಹಿಡಿದುಕೊಂಡು ಜಿಗಿಜಿಗಿಯುತ್ತಲೇ ಮನೆಯತ್ತ ಓಡಿಹೋದ.

ಮರುದಿನ ಶಾಲೆಗೆ ನವಿಲು ಗರಿಗಳ ಸಮೇತ ಹಾಜರಾಗಿದ್ದ. ಮೊದಲಿಗೆ ಟೀಚರ್‌ಗೆ ತೋರಿಸಿದ. ಬಳಿಕ ಗೆಳೆಯರಿಗೂ ಗರಿಗಳನ್ನು ತೋರಿಸಿದ. ರವೀಶನಿಗೆ ಎರಡು ಸುಂದರವಾದ ಗರಿಗಳನ್ನು ಕೊಟ್ಟ.

* * *

ನವೀನ ಹಕ್ಕಿಗಳನ್ನು ತುಂಬಾ ಪ್ರೀತಿಸುತ್ತಿದ್ದ. ತನ್ನ ಮನೆಯಲ್ಲಿ ಗುಬ್ಬಚ್ಚಿಗಳಿಗಾಗಿ ರಟ್ಟಿನ ಗೂಡುಗಳನ್ನು ನಿರ್ಮಿಸಿ ನೇತು ಬಿಟ್ಟಿದ್ದ. ಅವುಗಳಲ್ಲಿ ಒಂದೆರಡು ಗುಬ್ಬಚ್ಚಿಗಳು ಸಂಸಾರ ಹೂಡಿದ್ದವು. ಮೊಟ್ಟೆ ಇಟ್ಟು ಮರಿ ಮಾಡಿದ್ದವು. ಅವುಗಳನ್ನು ಆಗಾಗ ಕುತೂಹಲದಿಂದ ಇಣುಕಿ ಇಣುಕಿ ನೋಡುತ್ತಿದ್ದ ನವೀನ ಅವುಗಳಿಗೆ ತಿನ್ನಲು ಕಾಳುಗಳನ್ನು ಹಾಕುತ್ತಿದ್ದ. ಅಷ್ಟೇ ಅಲ್ಲ, ನವೀನ ಒಂದು ಕಂದು ಬಣ್ಣದ ಕೋಳಿಯನ್ನೂ ಸಾಕಿದ್ದ. ಅದು ಮೊದಲ ಬಾರಿಗೆ ಒಂಬತ್ತು ಮೊಟ್ಟೆಗಳನ್ನು ಇಟ್ಟಿತ್ತು. ಆ ಎಲ್ಲ ಮೊಟ್ಟೆಗಳನ್ನು ಒಂದು ಬುಟ್ಟಿಯಲ್ಲಿ ಇಟ್ಟು, ಮರಿ ಮಾಡಲು ಕೋಳಿಯನ್ನು ಕಾವು ಕೊಡಲು ಕೂರಿಸಿದ್ದ.

ಹೀಗಿರಲೊಂದು ರಜೆಯ ದಿನ ನವೀನ ನವಿಲುಗಳು ಇದ್ದ ಜಾಗಕ್ಕೆ ಹೋಗಿದ್ದ. ಅಲ್ಲಿ ಒಂದೇ ಒಂದು ಹೆಣ್ಣು ನವಿಲು ಮಾತ್ರ ಕಾಣಿಸಿತು. ಸ್ವಲ್ಪ ಹೊತ್ತು ದೂರದಲ್ಲೇ ನಿಂತುಕೊಂಡ. ಒಂಟಿ ನವಿಲಿನ ಸುತ್ತಮುತ್ತ ಕಣ್ಣಾಡಿಸಿದ. ಆದರೆ ಯಾವ ಗಂಡು ನವಿಲೂ ಕಾಣಿಸಲಿಲ್ಲ. ಕೊನೆಗೆ ಬೇಸರಗೊಂಡ ನವೀನ, ಮಿಕ್ಕೆಲ್ಲಾ ಗಂಡು ನವಿಲುಗಳು ಎಲ್ಲಿ ಹೋದವು? ಅಂತ ಯೋಚಿಸುತ್ತ ಮುಂದೆ ಮುಂದಕ್ಕೆ ಹೆಜ್ಜೆ ಹಾಕಿದ.

ಒಂಟಿ ಹೆಣ್ಣು ನವಿಲು ನವೀನನ ಮಂದ ಹೆಜ್ಜೆಯನ್ನು ಗಮನಿಸಿದ್ದಿರಬೇಕು. ಸರಸರನೆ ಪೊದೆಯೊಳಕ್ಕೆ ಹೋಯಿತು. ಆಗ ಆತನಿಗೆ ಇನ್ನಷ್ಟು ಬೇಸರವಾಯಿತು. ಕೊನೆಗೆ ನವಿಲು ಇದ್ದಿದ್ದ ಜಾಗದಲ್ಲಿ ಗರಿಗಳಿಗಾಗಿ ಹುಡುಕಾಡತೊಡಗಿದ.

ಇತ್ತ ಪೊದೆಯೊಳಗೆ ಓಡಿ ಹೋಗಿದ್ದ ಹೆಣ್ಣು ನವಿಲು ಇದ್ದಕ್ಕಿದ್ದಂತೆ, 'ಕೊರ್ರ್..... ಕೊರ್ರ್......' ಅಂತ ಜೋರಾಗಿ ಕೂಗುತ್ತ ಹೊರಬಂತು. ಒಂದು ಕ್ಷಣ ಹೆದರಿದ ನವೀನ ಆ ಕೂಡಲೇ ಪೊದೆಯತ್ತ ತಿರುಗಿ ನೋಡಿದ. ಆ ದೃಶ್ಯವನ್ನು ಕಂಡ ಆತ ಗಾಬರಿಗೊಂಡ. ಹೆಣ್ಣು ನವಿಲು ಏಕೆ ಜೋರಾಗಿ ಕೂಗುತ್ತ ಹೊರಬಂತು ಅನ್ನುವುದು ಆತನಿಗೆ ಗೊತ್ತಾಯಿತು. ಪೊದೆಯಲ್ಲಿ ಮೂರು ಮಾರುದ್ದದ ಹಾವು

ಹರಿದಾಡುತ್ತಿತ್ತು. ಅಂತಹ ಹಾವುಗಳನ್ನು ಸಾಕಷ್ಟು ಬಾರಿ ನೋಡಿದ್ದ ನವೀನ ಯಾವುದಕ್ಕೂ ರಕ್ಷಣೆಗೆಂದು, ಪಕ್ಕದಲ್ಲಿ ಬಿದ್ದಿದ್ದ ಉದ್ದನೆಯ ಕೋಲೊಂದನ್ನು ಕೈಗೆತ್ತಿಕೊಂಡ. ಬಳಿಕ ಧೈರ್ಯದಿಂದ ಪೊದೆಯತ್ತ ಒಂದೆರಡು ಹೆಜ್ಜೆ ಮುಂದಿಟ್ಟ. ನವೀನನ ಬರುವಿಕೆಯನ್ನು ಗಮನಿಸಿದ ಪೊದೆಯೊಳಗಿದ್ದ ಹಾವು ಸರಸರನೆ ಹೊರಗೆ ಬಂತು; ಎತ್ತಲೋ ಹೊರಟು ಹೋಯಿತು.

ನಂತರ ನಿಧಾನವಾಗಿ ಪೊದೆಯೊಳಗೆ ಇಣುಕಿ ನೋಡಿದ ನವೀನನಿಗೆ ಆಶ್ಚರ್ಯವಾಯಿತು. ಏಕೆಂದರೆ ಅಲ್ಲಿ ಒಣಹುಲ್ಲು, ಕಡ್ಡಿಗಳಿಂದ ಕಟ್ಟಿದ ನವಿಲು ಗೂಡು ಇತ್ತು. ಅದರೊಳಗಿದ್ದ ನಾಲ್ಕು ಮೊಟ್ಟೆಗಳ ಪೈಕಿ ಮೂರು ಮೊಟ್ಟೆಗಳನ್ನು ಹಾವು ಒಡೆದು ಕುಡಿದಿತ್ತು. ಕೇವಲ ಒಂದೇ ಒಂದು ಮೊಟ್ಟೆ ಮಾತ್ರ ಇತ್ತು. ಆ ಮೊಟ್ಟೆಯನ್ನು ಎತ್ತಿಕೊಂಡ ನವೀನ. ನೇರವಾಗಿ ಮನೆಯತ್ತ ನಡೆದ. ಏಕೆಂದರೆ ಮೊಟ್ಟೆಯ ರುಚಿ ಕಂಡ ಹಾವು ಮರಳಿ ಬಂದು ಆ ಒಂದು ಮೊಟ್ಟೆಯನ್ನು ತಿಂದು ಬಿಡುವುದಂತು ಖಚಿತ ಅಂತ ಅಂದುಕೊಂಡಿದ್ದ.

ಮನೆಯಲ್ಲಿ ತನ್ನ ಅಪ್ಪ, ಅಮ್ಮಗೆ ನವಿಲಿನ ಮೊಟ್ಟೆಯನ್ನು ತೋರಿಸಿದ. ಆಗ ಅವರು, 'ಇದನ್ನು ಯಾಕೆ ತೆಗೆದುಕೊಂಡು ಬಂದೆ?' ಅಂತ ಕೇಳಿದರು.

ಎಲ್ಲ ಸಂಗತಿಯನ್ನು ವಿವರಿಸಿದ ನವೀನ, 'ಹೇಗೂ ನಮ್ಮ ಕೋಳಿ ತನ್ನ ಮೊಟ್ಟೆಗಳಿಗೆ ಕಾವು ಕೊಡುತ್ತಿದೆ. ಈ ನವಿಲು ಮೊಟ್ಟೆಯನ್ನು ಕೋಳಿ ಮೊಟ್ಟೆಗಳೊಂದಿಗೆ ಇಟ್ಟರೆ ಮರಿ ಆಗಬಹುದು. ಒಂದು ವೇಳೆ ಪೊದೆಯೊಳಗಿನ ಗೂಡಿನಲ್ಲಿಯೇ ಈ ನವಿಲು ಮೊಟ್ಟೆ ಇದ್ದಿದ್ದರೆ, ಹಾವು ಮತ್ತೆ ಬಂದು ತಿಂದೇ ತಿನ್ನುತ್ತಿತ್ತು. ಹಾಗೆ ಆಗುವುದು ಬೇಡ. ನಮ್ಮ ಕೋಳಿ ಮೊಟ್ಟೆಗಳೊಂದಿಗೆ ನವಿಲು ಮೊಟ್ಟೆಯು ಒಡೆದು ಸುಂದರ ನವಿಲು ಮರಿ ಹೊರಬರಬಹುದು ಅಂತ ಅಂದುಕೊಂಡಿದ್ದೇನೆ' ಅಂತ ಹೇಳಿ ನವಿಲು ಮೊಟ್ಟೆಯನ್ನು ಕೋಳಿ ಮೊಟ್ಟೆಗಳ ನಡುವೆ ಇಟ್ಟ.

ಮೊದಲೇ ನವೀನನ ಹಕ್ಕಿ ಪ್ರೀತಿಯನ್ನು ಕಂಡಿದ್ದ ಆತನ ಅಪ್ಪ, ಅಮ್ಮ, 'ಇರಲಿ ಬಿಡು' ಅಂತ ಸುಮ್ಮನಾದರು.

* * *

ಒಂದಿಷ್ಟು ದಿನಗಳು ಕಳೆದವು. ಒಂದು ದಿನ ಮುಂಜಾನೆ ಕೋಳಿಯ ಬುಟ್ಟಿಯೊಳಗಿಂದ, 'ಚಿಕ್ಕ್.... ಚಿಕ್ಕ್....' ಎನ್ನುವ ಹಿತವಾದ ಧ್ವನಿ ಕೇಳಿಸಿತು. ನವೀನ ಖುಷಿಯಿಂದ ಕೋಳಿ ಬುಟ್ಟಿಯ ಬಳಿಗೆ ಹೋದ. ಕೋಳಿಯ ರೆಕ್ಕೆ ಮೇಲಕ್ಕೆ ಎತ್ತಿ ನೋಡಿದ. ತಾನಿಟ್ಟ ನವಿಲು ಮೊಟ್ಟೆ ಒಡೆದು ಮರಿ ಹೊರಬಂದಿರಬಹುದು ಅಂತ ಅಂದುಕೊಂಡಿದ್ದ.

ಆದರೆ ಆ ಮೊಟ್ಟೆ ಒಡೆದಿರಲಿಲ್ಲ. ನಾಲ್ಕು ಕೋಳಿ ಮೊಟ್ಟೆಗಳಷ್ಟೇ ಒಡೆದಿದ್ದವು. ಬೇಸರದಿಂದ ಪಾಠಿಚೀಲವನ್ನು ಹೆಗಲಿಗೇರಿಸಿಕೊಂಡು ಶಾಲೆಗೆ ಹೋದ. ತನ್ನ ಗೆಳೆಯರೊಂದಿಗೆ ಕೋಳಿ ಮರಿಗಳಾಗಿದ್ದು, ನವಿಲು ಮೊಟ್ಟೆ ಒಡೆಯದಿರುವುದನ್ನು ತಿಳಿಸಿದ. ಅವರು ಬೇಸರ ಗೊಂಡರು. ಏಕೆಂದರೆ ನವಿಲು ಮೊಟ್ಟೆ ಒಡೆದು, ಮರಿ ನವಿಲನ್ನು ನೋಡುವ ಕುತೂಹಲ ಅವರಲ್ಲಿಯೂ ಇತ್ತು.

ನವೀನ ಶಾಲೆಯಿಂದ ನಿಧಾನವಾಗಿ ಹೆಜ್ಜೆ ಇಡುತ್ತ ಮನೆಯಂಗಳ ದತ್ತ ಬರುತ್ತಲೇ ಆತನ ಅಮ್ಮ, 'ಮಗಾ ನವೀನ, ನಿನ್ನ ನವಿಲು ಮೊಟ್ಟೆ ಒಡೆದಿದೆ. ಮರಿ ನವಿಲು ಹೊರಗೆ ಬಂದಿದೆ. ನೋಡೋ' ಅಂತ ಹೇಳಿದರು.

ಎರಡೇ ಹೆಜ್ಜೆಗೆ ಅಂಗಳವನ್ನು ದಾಟಿ ಓಡಿದ ನವೀನ ಕೋಳಿ ಬುಟ್ಟಿಯನ್ನು ಎರಡೂ ಕೈಗಳಿಂದ ತಬ್ಬಿಕೊಂಡ. ಆಗ ಕೋಳಿಯ ರೆಕ್ಕೆಗಳ ನಡುವೆ ಹತ್ತಿಯ ಉಂಡೆಯಂತಹ ಮರಿಯೊಂದು ಕತ್ತೆತ್ತಿ ನೋಡಿತು. ಅದು ಕೋಳಿ ಮರಿ ಆಗಿರಲಿಲ್ಲ. ನವಿಲು ಮರಿಯಾಗಿತ್ತು. ಅದನ್ನು ಕಂಡ ನವೀನನಿಗೆ ತುಂಬಾ ಸಂತೋಷವಾಯಿತು.

ಮರುದಿನ ಆತ ತನ್ನ ಗೆಳೆಯರನ್ನು ಮನೆಗೆ ಕರೆದುಕೊಂಡು ಬಂದ. ಕೋಳಿ ಮರಿಗಳೊಂದಿಗೆ ಇದ್ದ ನವಿಲು ಮರಿಯನ್ನು ತೋರಿಸಿದ. ಎಂದೂ ಪುಟ್ಟ ನವಿಲು ಮರಿಯನ್ನು ನೋಡಿರದ ಅವರೂ ಸಂತಸಗೊಂಡರು.

ದಿನ ಕಳೆದಂತೆ ನವಿಲು ಮರಿ ಇಡೀ ಊರ ಮಂದಿಯ ಗಮನವನ್ನು ಸೆಳೆಯಿತು. ನವೀನ ಕೋಳಿ ಮರಿಗಳಿಗಿಂತ ನವಿಲು

ಮರಿಯನ್ನು ಚೆನ್ನಾಗಿಯೇ ನೋಡಿಕೊಳ್ಳತೊಡಗಿದ. ದಿನವೂ ರಾಗಿ,
ಅಕ್ಕಿ, ಜೋಳದ ಕಾಳುಗಳನ್ನು ತಿನಿಸುತ್ತಿದ್ದ. ನೀರು ಕುಡಿಸುತ್ತಿದ್ದ.
ಹಾಗಾಗಿ ಕೋಳಿ ಮರಿಗಳಿಗಿಂತ ನವಿಲು ಮರಿ ಬಹಳ ಬೇಗನೆ
ದಷ್ಟಪುಷ್ಟವಾಗಿ ಬೆಳೆಯಿತು. ಮೇಲಾಗಿ ಅದು ಗಂಡು ನವಿಲಾಗಿತ್ತು.
ತಲೆಯ ಮೇಲೆ ಚೆಂದದ ತುರಾಯಿ, ಉದ್ದನೆಯ ಗರಿಗಳಿಂದ ಕೂಡಿದ
ಹಿಂಬದಿಯ ಪುಕ್ಕವೂ ಬೆಳೆಯತೊಡಗಿತು. ಆಗ ಕೋಳಿ ತನ್ನ
ಮರಿಗಳಿಗಿಂತ ವಿಭಿನ್ನವಾಗಿ ಬೆಳೆದ ನವಿಲು ಮರಿಯನ್ನು ಕಚ್ಚಿ
ಓಡಿಸತೊಡಗಿತು. ಆಗ ಮೇಲಕ್ಕೆ ಹಾರುವುದಕ್ಕೆ ಸುರುಮಾಡಿದ ನವಿಲು
ಮರಿ, ಕೊನೆಗೊಂದು ದಿನ ನವೀನನ ಮನೆಯ ಎದುರಿನಲ್ಲಿದ್ದ
ಅರಳಿ ಮರದ ಮೇಲೆ ಹಾರಿ ಹೋಗಿ ಕುಳಿತುಕೊಂಡಿತು. ಆಗ
ಒಂದಿಷ್ಟು ಕಾಗೆಗಳು ಅದರತ್ತ ಹಾರಿ ಬಂದವು. ಕರ್ಕಶ ಧ್ವನಿಯೊಂದಿಗೆ
ಕೂಗುತ್ತ ಒಂದೇ ಸಮನೆ ನವಿಲನ್ನು ಕುಕ್ಕತೊಡಗಿದವು. ಹೆದರಿದ
ನವಿಲು ಮರಿ ಹಾರುತ್ತ ಹಾರುತ್ತ ಊರಿನಾಚೆಗಿನ ಕಾಡು ಸೇರಿತು.

ದಿನವೂ ಅಂಗಳದಲ್ಲಿ ರೆಕ್ಕೆ ಬಡಿದು ಅತ್ತಿಂದಿತ್ತ ಸಣ್ಣಗೆ ಹಾರಾಡಿ
ಕೊಂಡಿದ್ದ ನವಿಲು ಮರಿ ಮರೆಯಾಗುತ್ತಿದ್ದಂತೆ ನವೀನನಿಗೆ ಬಹಳ
ದುಃಖವಾಯಿತು. ಕೊನೆಗೆ ಕೋಳಿ ಬುಟ್ಟಿಯ ನಡುವೆ ಬಿದ್ದಿದ್ದ ಸಣ್ಣ
ಸಣ್ಣ ನವಿಲು ಗರಿಗಳನ್ನು ಆಯ್ದುಕೊಂಡು ತನ್ನ ಪುಸ್ತಕದ ಪುಟಗಳ
ನಡುವೆ ಇಟ್ಟುಕೊಂಡ. ಆಗಾಗ ಶಾಲೆಗೆ ಹೋಗುವಾಗ ಊರಿನಾಚೆಗಿನ
ಹೊಲದಲ್ಲಿ, ಪೊದೆಗಳ ಬಳಿಯಲ್ಲೇನಾದರೂ ತನ್ನ ನವಿಲು ಮರಿ
ಕಾಣಿಸಿತೆನ್ನುವ ಕುತೂಹಲದಿಂದ ನವೀನ ಕಣ್ಣರಳಿಸಿ ನೋಡುತ್ತಲೇ
ಇದ್ದ.

ಆದರೆ, ಮುಂದೆಂದೂ ಆ ನವಿಲು ಮರಿ ಕಾಣಿಸಲೇ ಇಲ್ಲ.

ಗಾಂಧೀಜಿ ಮತ್ತು ಕಾಗೆಗಳು

– ಬೊಳುವಾರು ಮಹಮದ್ ಕುಂಞಿ

ಬಹಳ ವರ್ಷಗಳ ಹಿಂದೆ ಕರ್ನಾಟಕದ ಕರಾವಳಿಯಲ್ಲಿರುವ ಉಡುಪಿ– ಮಲ್ಪೆಯ ಕಡಲ ಕಿನಾರೆಯಲ್ಲಿರುವ ಬೆಸ್ತರ ಬೀದಿಯಲ್ಲಿ ಒಂದು ದೊಡ್ಡ ಮಾವಿನ ಮರವಿತ್ತು.

ಕಡಲಿನಲ್ಲಿ ಮೀನು ಸಿಗುವ ಮಾಸಗಳಲ್ಲಿ ಮಧ್ಯಾಹ್ನದ ಬಿಸಿಲು ಮಾಗುತ್ತಿರುವಂತೆಯೇ ಬೆಸ್ತರ ಹೆಂಗಸರು ಆ ಮಾವಿನ ಮರದ ನೆರಳಿನಲ್ಲಿ ಬೆತ್ತದ ಬುಟ್ಟಿಗಳಲ್ಲಿ ಮೀನುಗಳನ್ನು ಇರಿಸಿಕೊಂಡು ಮಾರಾಟ ಮಾಡುತ್ತಿದ್ದರು.

ಬೆಸ್ತರ ಹೆಂಗಸರಿಂದ ಮೀನು ಖರೀದಿಸಲು ಬರುವ ಜನರು, ಬುಟ್ಟಿಯ ರಾಶಿಯಲ್ಲಿರುವ ಕೊಳೆತ ಮೀನುಗಳನ್ನು ಬದಿಗಿರಿಸಿ ಒಳ್ಳೆಯ ಮೀನುಗಳನ್ನು ಮಾತ್ರ ಖರೀದಿಸುತ್ತಿದ್ದರು. ಹಾಗೆ ಮಾರಾಟವಾಗದ ಮೀನುಗಳನ್ನು ಬೆಸ್ತರ ಹೆಂಗಸರು ದೂರಕ್ಕೆ ಎಸೆಯುತ್ತಿದ್ದರು.

ಅದೇ ಮಾವಿನ ಮರದಲ್ಲಿರುವ ಗೂಡಿನಲ್ಲಿ ಚಂದದ ಒಂದು ಹೆಣ್ಣು ಕಾಗೆ ತನ್ನ ಇಬ್ಬರು ಮುದ್ದಾದ ಮಕ್ಕಳೊಂದಿಗೆ ವಾಸ ಮಾಡುತ್ತಿತ್ತು. ಬೆಸ್ತರ ಹೆಂಗಸರು ಹಾಳಾಗಿದೆ ಎಂದು ಎಸೆಯುವ ಮೀನುಗಳನ್ನು ಆ ಕಾಗೆ ತನ್ನ ಕೊಕ್ಕಿನಲ್ಲಿ ಕಚ್ಚಿಕೊಂಡು ತಂದು, ಗೂಡಿನಲ್ಲಿರುವ ತನ್ನ ಇಬ್ಬರು ಪುಟ್ಟ ಮಕ್ಕಳಿಗೆ ಉಣಿಸಿ ಸಂತೋಷಪಡುತ್ತಿತ್ತು.

ವರುಷದ ಎಲ್ಲ ಕಾಲದಲ್ಲೂ ಕಡಲಿನಲ್ಲಿ ಮೀನು ಹಿಡಿಯಲು ಸಾಧ್ಯವಾಗುವುದಿಲ್ಲ. ಸಾಮಾನ್ಯವಾಗಿ ಮಳೆಗಾಲದಲ್ಲಿ ಮೀನು ಹಿಡಿಯಲು ಬೆಸ್ತರು ಕಡಲಿನಲ್ಲಿ ಹೋಗುವುದಿಲ್ಲ. ಆಗ ಮೀನುಗಳು ಮೊಟ್ಟೆ ಇಡುವ

88   ನರಿಗಳಿಗೇಕೆ ಕೋಡಿಲ್ಲ?

ಗಾಂಧೀಜಿ ಮತ್ತು ಕಾಗೆಗಳು   89

ಸಮಯ. ಅಂತಹ ದಿನಗಳಲ್ಲಿ ಬೆಸ್ತರ ಹೆಂಗಸರು ಅದೇ ಮಾವಿನ ಮರದ ನೆರಳಿನಲ್ಲಿ ಒಣ ಮೀನುಗಳನ್ನು ಮಾರಾಟ ಮಾಡುತ್ತಿದ್ದರು. ಬೇಸಿಗೆಯ ದಿನಗಳಲ್ಲಿ ಕಡಲ ಕಿನಾರೆಯ ಮರಳಲ್ಲಿ ಚೆನ್ನಾಗಿ ಒಣಗಿಸಿ ರುವ ಮೀನುಗಳು ಎಷ್ಟು ದಿನಗಳಾದರೂ ಹಾಳಾಗದಿರುವುದರಿಂದ ಬೆಸ್ತರ ಹೆಂಗಸರು ತರುವ ಎಲ್ಲ ಮೀನುಗಳೂ ಮಾರಾಟವಾಗುತ್ತಿದ್ದವು. ಹಾಗಾಗಿ ಯಾವುದೇ ಮೀನನ್ನು ಅವರು ಎಸೆಯುತ್ತಿರಲಿಲ್ಲ. ಹೀಗಾಗಿ ಅಂತಹ ಸಮಯಗಳಲ್ಲಿ ತಾಯಿ ಕಾಗೆಗೆ ಮೀನುಗಳು ಸಿಗುತ್ತಿರಲಿಲ್ಲ.

ಅಂತಹ ದಿನಗಳಲ್ಲಿ ತನ್ನ ಇಬ್ಬರು ಮಕ್ಕಳು ಹಸಿವೆಯಿಂದ 'ಕಾ ಕಾ' ಎಂದು ಅಳುತ್ತಿರುವುದನ್ನು ಕಂಡು ತಾಯಿ ಕಾಗೆಗೆ ಬಹಳ ದುಃಖವಾಗುತ್ತಿತ್ತು. ಬೇರೆ ದಾರಿ ಕಾಣದೆ, ಬೆಸ್ತರ ಹೆಂಗಸರ ಬುಟ್ಟಿಗಳಿಂದ ಮೀನುಗಳನ್ನು ಕಸಿಯಲು ಪ್ರಯತ್ನಿಸುತ್ತಿತ್ತು. ಕೆಲವೊಮ್ಮೆ, ಬೆಸ್ತರ ಹೆಂಗಸರ ಕಣ್ಣು ತಪ್ಪಿಸಿ ಒಂದೆರಡು ಸಣ್ಣ ಪುಟ್ಟ ಮೀನಿನ ತುಂಡುಗಳನ್ನು ಕೊಕ್ಕಿನಿಂದ ಎತ್ತಿಕೊಂಡು ಹಾರಲು ಅದಕ್ಕೆ ಸಾಧ್ಯವಾಗುತ್ತಿತ್ತಾದರೂ, ಹೆಚ್ಚಿನ ಸಂದರ್ಭಗಳಲ್ಲಿ ಆ ಹೆಂಗಸರು ಸಿಟ್ಟಿನಿಂದ ಬೀಸುವ ತೆಂಗಿನ ಗರಿಗಳ ಏಟುಗಳನ್ನು ತಿನ್ನಬೇಕಾಗುತ್ತಿತ್ತು. ಹಾಗಾಗಿ ಅಂತಹ ದಿನಗಳಲ್ಲಿ ತಾಯಿ ಕಾಗೆ ಆಹಾರಕ್ಕಾಗಿ ಬೇರೆ ಕಡೆಗೆ ಹೋಗುತ್ತಿತ್ತು.

ವರುಷಗಳು ಉರುಳಿದಂತೆ ಕಡಲಿನಲ್ಲಿ ಮೀನುಗಳ ಸಂಖ್ಯೆಯು ಕಡಮೆಯಾಯಿತು. ಅಂತೆಯೇ ಮೀನುಗಳ ಮಾರಾಟದ ಬೆಲೆಯೂ ಹೆಚ್ಚಾಯಿತು. ಮೀನು ಮಾರುವ ಹೆಂಗಸರು ಚೆನ್ನಾಗಿಲ್ಲದ ಮೀನುಗಳನ್ನು ಎಸೆಯುವುದನ್ನು ನಿಲ್ಲಿಸಿದ್ದರು. ಯಾಕೆಂದರೆ ಅಂತಹ ಮೀನುಗಳನ್ನೂ ಕಡಮೆ ಬೆಲೆಗೆ ಕೊಳ್ಳುವ ಬಡಜನರು ಇದ್ದರು. ಇದರಿಂದಾಗಿ ತಾಯಿ ಕಾಗೆಗೆ ವರ್ಷದ ಯಾವುದೇ ಸಮಯದಲ್ಲೂ ಚೆಲ್ಲಿದ ಮೀನುಗಳು ಸಿಗುವುದು ನಿಂತು ಹೋಯಿತು. ಏನು ಮಾಡುವುದೆಂದು ತಿಳಿಯದೆ ತಾಯಿ ಕಾಗೆ ಚಿಂತೆಯಲ್ಲಿ ಮುಳುಗಿತು; ಕೊನೆಗೊಂದು ಉಪಾಯ ಹೊಳೆಯಿತು.

ಒಂದು ದಿನ ನಡು ಮಧ್ಯಾಹ್ನದ ಹೊತ್ತು ಕಡಲಿನ ಬದಿಯ ಸುಡುತ್ತಿರುವ ಮರಳಲ್ಲಿ ಕುಳಿತ ತಾಯಿ ಕಾಗೆ, 'ಕಾಕಾ..,ಕಾಕಾ' ಎಂದು ಜೋರಾಗಿ ಕೂಗತೊಡಗಿತು. ತಮ್ಮ ಬಳಗದ ಸದಸ್ಯರೊಬ್ಬರ ಕೂಗನ್ನು

ಕೇಳಿಸಿಕೊಂಡ ಸುತ್ತ ಮುತ್ತಲು ಹಾರಾಡುತ್ತಿದ್ದ ಸುಮಾರು ನೂರು ಕಾಗೆಗಳು ತಾಯಿ ಕಾಗೆಯ ಸುತ್ತು ಬಂದು ಮರಳಲ್ಲಿ ಕುಳಿತವು.

ತಾಯಿ ಕಾಗೆ ಒಂದು ಕ್ಷಣ ತನ್ನ ಎಡ ಬಲ ನೋಡಿತು.

ಕತ್ತು ಎತ್ತಿ ಆಕಾಶ ದಿಟ್ಟಿಸಿತು.

ಬೇರೆ ಯಾವ ಕಾಗೆಗಳೂ ಆಕಾಶದಲ್ಲಿ ಹಾರಾಡುತ್ತಿಲ್ಲವೆಂಬುದನ್ನು ಗಮನಿಸಿದ ತಾಯಿ ಕಾಗೆ, ಮಾತನಾಡಲು ತಯಾರಿ ನಡೆಸುವವರಂತೆ ತನ್ನ ಕೊಕ್ಕನ್ನು ಕಾಲುಗಳಿಗೆ ಎರಡು ಬಾರಿ ಜೋರಾಗಿ ತಿಕ್ಕಿತು. ಒಮ್ಮೆ 'ಕಾ...' ಎಂದು ಜೋರಾಗಿ ಕೂಗಿತು; ನಂತರ ನಿಧಾನವಾಗಿ ತಾನು ಸಭೆ ಕರೆದ ಉದ್ದೇಶವನ್ನು ಎಲ್ಲರಿಗೂ ಹೇಳಿತು.

'ಇದು ನಮ್ಮೆಲ್ಲರ ಸಮಸ್ಯೆಯೂ ಆಗಿದೆ.' ಎಲ್ಲ ಕಾಗೆಗಳೂ ಒಕ್ಕೊರಲಿನಿಂದ ಒಪ್ಪಿಕೊಂಡರು.

'ಇದಕ್ಕೆ ಪರಿಹಾರ ಹುಡುಕಲೇ ಬೇಕು.' ಎಲ್ಲರೂ ಸಲಹೆ ನೀಡಿದರು.

'ಏನು ಪರಿಹಾರಾ?' ಎಲ್ಲರೂ ಪ್ರಶ್ನಿಸಿದರು. ಆದರೆ ಉತ್ತರ ಯಾರಿಗೂ ಹೊಳೆಯಲಿಲ್ಲ.

'ನಾವು ಒಬ್ಬೊಬ್ಬರಾಗಿ ಮೀನಿನಿ ಬುಟ್ಟಿಗೆ ಕೊಕ್ಕು ಹಾಕುವುದರಿಂದಾಗಿ ನಾವು ಸೋಲುತ್ತೇವೆ. ಇನ್ನು ಮುಂದೆ ನಾವೆಲ್ಲ ಒಗ್ಗಟ್ಟಾಗಿ ಒಂದೇ ಬಾರಿಗೆ ಮೀನಿನ ಬುಟ್ಟಿಗಳಿಗೆ ಕೊಕ್ಕುಗಳನ್ನು ಹಾಕಬೇಕು' ಬಿಸಿರಕ್ತದ ಯುವಕ ಕಾಗೆ ಹೇಳಿತು.

'ಹೌದು. ಅದು ನಿಜ. ಒಗ್ಗಟ್ಟಿನಲ್ಲಿ ಬಲವಿದೆ. ಹಿಂದೊಮ್ಮೆ ಬೇಡರು ಹಾಕಿದ ಬಲೆಗೆ ನನ್ನ ಅಜ್ಜಿ ಸಿಕ್ಕಿಕೊಂಡಿದ್ದಾಗ, ನನ್ನ ಅಜ್ಜ ಅವನ ನೂರಾರು ಗೆಳೆಯರ ಸಹಾಯದಿಂದ ಬಲೆಯನ್ನೇ ಎತ್ತಿಕೊಂಡು ಹೋಗಿ ಅಜ್ಜಿಯನ್ನು ಕಾಪಾಡಿದ್ದನಂತೆ' ಎಂದು ಕುಂಟ ಕಾಗೆ ಹೇಳಿತು.

'ಹೌದು, ಈ ಸಂಗತಿಯನ್ನು ನಾನೂ ಕೇಳಿದ್ದೇನೆ' ಎಂದು ಧಡಿಯ ಕಾಗೆ ಹೇಳಿತು.

'ಈ ಸಂಗತಿಯನ್ನು ವಿಷ್ಣು ಶರ್ಮ ಎಂಬ ಒಬ್ಬರು ಕತೆಗಾರರು

ಗಾಂಧೀಜಿ ಮತ್ತು ಕಾಗೆಗಳು   91

ತಾವು ಬರೆಯುತ್ತಿದ್ದ 'ಪಂಚತಂತ್ರದ ಕತೆಗಳಲ್ಲಿ 'ಒಗ್ಗಟ್ಟಿನಲ್ಲಿ ಬಲವಿದೆ' ಎಂಬ ಹೆಸರಲ್ಲಿ ಸೇರಿಸಿಕೊಂಡರಂತೆ' ಎಂದು ಮೋಟು ಕಾಗೆ ಹೇಳಿತು.

'ಪಂಚತಂತ್ರ ಕತೆಗಳಲ್ಲಿ ಹಾಗೆ ಒಗ್ಗಟ್ಟಿನಲ್ಲಿ ಬಲವಿದೆ ಎಂದು ತೋರಿಸಿದವರು ಹಸುರು ಗಿಳಿಗಳು, ಕಪ್ಪು ಕಾಗೆಗಳಲ್ಲ' ಎಂದು ಉದ್ದ ಕಾಗೆ ಬೇಸರದಿಂದ ಹೇಳಿತು.

'ಒಟ್ಟಿನಲ್ಲಿ ಹಾರುವ ಹಕ್ಕಿಗಳು. ಯಾಕೆ ಜಗಳ ಮಾಡುತ್ತೀರಿ' ಎಂದು ಮುದಿ ಕಾಗೆ ಸಮಾಧಾನ ಹೇಳಿತು.

'ಆದರೆ, ಒಗ್ಗಟ್ಟಿನಲ್ಲಿ ಬಲವಿದೆಯೆಂದು ಬೇರೆಯವರ ಮೀನಿನ ಬುಟ್ಟಿಗಳ ಮೇಲೆ ಧಾಳಿ ಮಾಡುವುದು ಸರಿಯೇ? ಅಂದು ಗಿಳಿಗಳು ಒಗ್ಗಟ್ಟು ತೋರಿದ್ದು ತಮ್ಮ ಸಂಗಾತಿಯನ್ನು ಬೇಡರ ಬಲೆಯಿಂದ ರಕ್ಷಿಸಲು ಅಲ್ಲವೇ?' ಎಂದು ಕುಂಟ ಕಾಗೆ ಹೇಳಿತ್ತು.

'ನಾವು ಧಾಳಿ ಮಾಡುವುದು ಯಾರನ್ನೂ ರಕ್ಷಿಸಲು ಅಲ್ಲವಾಗಿರ ಬಹುದು. ಆದರೆ ಹಾಗೆ ಮಾಡದಿದ್ದರೆ ನಮ್ಮ ಭಕ್ಷಣೆಗೆ ದಾರಿ ಯಾವುದು? ಹುಳ ಹುಪ್ಪಟೆಗಳನ್ನೇ ಎಷ್ಟು ದಿನ ಅಂತ ತಿನ್ನುವುದು?' ಎಂದು ಮೋಟು ಕಾಗೆ ಹೇಳಿತು.

'ನನ್ನ ಬಾಯಿ ರುಚಿಯೇ ಕೆಟ್ಟು ಹೋಗಿದೆ' ಎಂದು ಡೊಳ್ಳು ಹೊಟ್ಟೆಯ ಕಾಗೆ ಹೇಳಿತು.

'ಹಾಗಾದರೆ ನಾವೇನು ಮಾಡುವುದು?'

'ಏನು ಮಾಡುವುದು?'

'ನನಗೆ ಗೊತ್ತಿಲ್ಲ'.

'ನನಗೂ ಗೊತ್ತಿಲ್ಲ'.

'ಎಲ್ಲ ಗೊತ್ತಿರುವ ಒಬ್ಬರನ್ನು ಕಂಡು ನಾವು ನಮ್ಮ ಸಮಸ್ಯೆ ಹೇಳಿಕೊಂಡರೆ ಹೇಗೇ?' ಎಂದು ಮುದಿ ಕಾಗೆ ಸೂಚಿಸಿತು.

'ಯಾರಿದ್ದಾರೆ ಎಲ್ಲ ಗೊತ್ತಿರುವವರು?'

'ಇದ್ದಾರೆ ಒಬ್ಬರು. ಗಾಂಧೀಜಿ ಎಂದು ಅವರ ಹೆಸರು' ಎಂದು ಯುವಕ ಕಾಗೆ ಹೇಳಿತು.

'ಗಾಂಧೀಜಿಯಾ? ಅವರು ಏನು ಕೆಲಸ ಮಾಡುತ್ತಿದ್ದಾರೆ? '

'ಬಿಳಿಯರನ್ನು ಭಾರತದಿಂದ ಓಡಿಸುವ ಕೆಲಸ ಮಾಡುತ್ತಿದ್ದಾರೆ.'

'ನಮ್ಮನ್ನೂ ಅವರು ಓಡಿಸಿದರೆ?'

'ನಮ್ಮ ಬಣ್ಣ ನೋಡಿದರೆ ಗೊತ್ತಾಗುವುದಿಲ್ವಾ? ನಾವು ಬಿಳಿಯರಲ್ಲವೆಂದೂ?'

'ಎಲ್ಲಿ ಅವರ ಊರು? ಎಲ್ಲಿದ್ದಾರೆ ಈಗ ಅವರು? '

'ಅವರ ಊರು ಗುಜರಾತಿನ ಪೋರ್ ಬಂದರ್. ಅವರು ಈಗ ಭಾರತ ಪ್ರವಾಸದಲ್ಲಿದ್ದಾರೆ. ನಾಳೆ ಪುತ್ತೂರಿಗೆ ಬರಲಿದ್ದಾರಂತೆ.'

'ಎಲ್ಲಿದೆ ಆ ಪುತ್ತೂರು?'

'ಇಲ್ಲಿಂದ ಅರುವತ್ತು ಮೈಲು ದೂರದಲ್ಲಿದೆ'.

'ಹಾಗಾದರೆ ನಾಳೆಯೇ ಹೋಗಿ ಅವರಿಗೆ ನಮ್ಮ ಸಮಸ್ಯೆ ಹೇಳಿಕೊಳ್ಳೋಣ.'

'ಸರಿ ಹಾಗೆಯೇ ಮಾಡುವ.'

ಕಾಗೆಗಳ ಸಭೆ ಮುಕ್ತಾಯವಾಯಿತು.

ಮರುದಿನ ಮುಂಜಾನೆಯೇ ತಾಯಿ ಕಾಗೆಯ ನೇತೃತ್ವದಲ್ಲಿ ನಲುವತ್ತು ಕಾಗೆಗಳು ಪುತ್ತೂರಿಗೆ ಹಾರಿದವು. ಅವುಗಳೆಲ್ಲ ಪುತ್ತೂರಿನ ಬಸ್ ನಿಲ್ದಾಣ ತಲುಪುವಷ್ಟರಲ್ಲಿ ಸಭಾ ಕಾರ್ಯಕ್ರಮ ಮುಗಿದು ಗಾಂಧೀಜಿ ಅವರು ಮಂಗಳೂರಿಗೆ ಹೊರಡುವ ತಯಾರಿ ನಡೆಸುತ್ತಿದ್ದರು.

ಇಷ್ಟು ದೊಡ್ಡ ಕಾಗೆಗಳ ಹಿಂಡು ಕಂಡರೆ ಜನರು ಗಾಬರಿಯಾಗಬಹುದೆಂದು, ತಂಡದ ಎಲ್ಲ ಕಾಗೆಗಳನ್ನು ಪಕ್ಕದ ಎಲಿಮೆಂಟರಿ ಶಾಲೆಯ ಬಯಲಲ್ಲಿ ಇರುವಂತೆ ಹೇಳಿ, ತಾಯಿ ಕಾಗೆ ನೇರವಾಗಿ ಗಾಂಧೀಜಿಯವರ ಎದುರು ಹೋಗಿ ನಮಸ್ಕರಿಸಿತು; ಬಂದ ಕಾರಣವನ್ನು ವಿವರಿಸಿತು.

ತಾಯಿ ಕಾಗೆಯ ಮಾತುಗಳೆಲ್ಲವನ್ನೂ ಸಮಾಧಾನದಿಂದ ಆಲಿಸಿದ ಗಾಂಧೀಜಿಯವರು ಕೊನೆಗೆ ಹೇಳಿದರು,

'ಬೆಸ್ತರ ಹೆಂಗಸರ ಬುಟ್ಟಿಗಳಿಂದ, ಅವರ ಒಪ್ಪಿಗೆಯಿಲ್ಲದೆ ನೀವು ಮೀನುಗಳನ್ನು ಕಸಿದು ತಿನ್ನುವುದು ಹಿಂಸೆಯಾಗುತ್ತದೆ; ಅದು ತಪ್ಪು. ಯಾವುದೇ ವಸ್ತುವನ್ನು ಸತ್ಯಾಗ್ರಹದಿಂದ ಪಡೆಯುವುದು ಸಾಧ್ಯವಿದೆ. ನೀವು ಮೀನು ಮಾರುವ ಆ ತಾಯಂದಿರ ಬಳಿಗೆ ಹೋಗಿ ನಿಮ್ಮ ಕಷ್ಟಗಳನ್ನು ಹೇಳಿಕೊಳ್ಳಿರಿ. ಅಲ್ಲಿ ಮೀನು ಮಾರುತ್ತಿರುವ ಪ್ರತಿಯೊಬ್ಬ ತಾಯಂದಿರೂ ದಿನಕ್ಕೊಂದು ಮೀನಿನಂತೆ ನಿಮಗೆ ದಾನ ಮಾಡುವಂತೆ ಪ್ರಾರ್ಥಿಸಿರಿ. ಪ್ರತಿದಿನ ಒಬ್ಬರಿಂದ ಒಂದು ಮೀನು ಪಡೆದ ಅನಂತರ ಮತ್ತೆ ಅವರಿಗೆ ತೊಂದರೆ ಕೊಡುವುದಿಲ್ಲ ಎಂದು ಸತ್ಯದ ಮೇಲೆ ಪ್ರಮಾಣ ಮಾಡಿರಿ. ಅವರು ಒಂದೊಂದರಂತೆ ಕೊಟ್ಟ ಮೀನುಗಳನ್ನು ಒಟ್ಟು ಸೇರಿಸಿ ಬಳಿಕ ನೀವೆಲ್ಲ ಹಂಚಿಕೊಂಡು ತಿನ್ನಿರಿ. ನಿಮ್ಮ ಪ್ರಾರ್ಥನೆಗೆ ಅವರು ಒಪ್ಪದೆ ಹೋದರೆ ನನ್ನ ಬಳಿಗೆ ಮತ್ತೆ ಬನ್ನಿರಿ. ಬೇರೆ ಉಪಾಯ ಹೇಳುತ್ತೇನೆ.'

ಕಾಗೆಗಳೆಲ್ಲವೂ ತಮ್ಮ ಊರಿಗೆ ಮರಳಿ ಹಾರಿದವು. ಮರುದಿನ ಬೆಸ್ತರ ಹೆಂಗಸರ ಎದುರು ಹೋಗಿ ಗಾಂಧೀಜಿಯವರು ಹೇಳಿಕೊಟ್ಟಿರುವ ಎಲ್ಲ ಮಾತುಗಳನ್ನೂ ಹಾಗೆಯೇ ಹೇಳಿದವು.

ಬೆಸ್ತರ ಹೆಂಗಸರು ಪರಸ್ಪರ ಮುಖ ನೋಡಿಕೊಂಡರು.

ತಮ್ಮ ತಮ್ಮಲ್ಲೇ ಮಾತನಾಡಿಕೊಂಡು ಚರ್ಚಿಸಿದರು.

ಕಾಗೆಗಳು ಗುಂಪು ಗುಂಪಾಗಿ ತಮ್ಮ ಮೀನುಗಳ ಬುಟ್ಟಿಗೆ ಧಾಳಿಯಿಡುವುದರಿಂದ ತಪ್ಪಿಕೊಳ್ಳಲು ಒಬ್ಬೊಬ್ಬರು ದಿನಕ್ಕೊಂದರಂತೆ ಮೀನು ದಾನ ಮಾಡುವುದು ಹೆಚ್ಚು ಜಾಣತನವೆಂದು ನಿರ್ಧರಿಸಿದರು.

ಕಾಗೆಗಳ ಪ್ರಾರ್ಥನೆಗೆ ಸಮ್ಮತಿ ಸೂಚಿಸಿದರು.

ಮುಂದೆ ಕೆಲವು ವರ್ಷಗಳ ಬಳಿಕ, ತೀರಿಕೊಂಡ ಗಾಂಧೀಜಿಯವರ ನೆನಪಿಗೆ ಬೆಸ್ತರೆಲ್ಲ ಸೇರಿ ಮಲ್ಪೆಯ ಕಡಲ ಕಿನಾರೆಯಲ್ಲಿ ಗಾಂಧೀಜಿಯವರ ಕಲ್ಲಿನ ಪ್ರತಿಮೆ ಸ್ಥಾಪಿಸಿದರು.

ಇಂದಿಗೂ ವರ್ಷದಲ್ಲಿ ಒಂದು ಬಾರಿ ಅವರ ಹುಟ್ಟು ಹಬ್ಬದ ದಿನದಲ್ಲಿ, ಅವರ ಪ್ರತಿಮೆಗೆ ಮಾಲೆ ಹಾಕಿ ನಮಸ್ಕರಿಸುತ್ತಾರೆ.

94   ನರಿಗಳಿಗೇಕೆ ಕೋಡಿಲ್ಲ?

ತಮಗೆ ಸಹಾಯ ಮಾಡಿದ ಗಾಂಧೀಜಿಯವರ ಮೇಲಿನ ಪ್ರೀತಿ ಯಿಂದ ಕಾಗೆಗಳು, ಅವರ ಪ್ರತಿಮೆಯ ಸುತ್ತ ಪ್ರದಕ್ಷಿಣೆ ಹಾಕುತ್ತಾ ಪ್ರತಿಮೆಯ ಭುಜ ಮತ್ತು ತೋಳುಗಳ ಮೇಲೆ ಕುಳಿತು ಇಂದಿಗೂ ಕೃತಜ್ಞತೆಗಳನ್ನು ಸಲ್ಲಿಸುತ್ತಿವೆ.

Printed at: Chandu Press, Delhi-110092